வாரம் ஒரு பாசுரம்

கிழக்கு பதிப்பக வெளியீடுகளாக சுஜாதாவின் புத்தகங்கள்

வாரம் ஒரு பாசுரம்

சுஜாதா

கிழக்கு

வாரம் ஒரு பாசுரம்
Vaaram Oru Paasuram
by Sujatha
Sujatha Rangarajan ©

First Edition: June 2013
144 Pages
Printed in India.

ISBN: 978-81-8493-960-6
Title No. Kizhakku 738

Kizhakku Pathippagam
177/103, First Floor,
Ambal's Building, Lloyds Road,
Royapettah, Chennai 600 014.
Ph: +91-44-4200-9603

Email : support@nhm.in
Website : www.nhm.in

Kizhakku Pathippagam is an imprint of New Horizon Media Private Limited

உள்ளே

முன்னுரை

ஆழ்வார்கள் பன்னிரண்டு பேர். அவர்கள் பெயர்கள் இவை - பொய்கையாழ்வார், பூதத்தாழ் வார், பேயாழ்வார், திருமழிசையாழ்வார், பெரியாழ் வார், ஆண்டாள், குலசேகர ஆழ்வார், திருப் பாணாழ்வார், திருமங்கையாழ்வார், தொண்டரடிப் பொடியாழ்வார், நம்மாழ்வார். இவர்களுடன் மதுரகவிகளைச் சேர்த்தால் பன்னிரண்டு பேர் என்று கணக்கு. இவர்கள் பாடல்களைத் தமிழின் மிகச் சிறந்த பக்தி இலக்கியங்களில் ஒன்றான நாலாயிரத் திவ்ய பிரபந்தம் என்னும் நூலாகத் தொகுத்தவர் நாதமுனிகள்.

ஆழ்வார் பாசுரங்களுக்கு அறிமுகமாக 'வாரம் ஒரு பாசுரம்' என்ற தொடரை ஓராண்டு காலமாக 'அம்பலம்' இணைய இதழிலும் 'கல்கி' வார இதழிலும் எழுதி வந்தேன். எளிய சில பாசுரங்களை இஷ்டப்படி தேர்ந்தெடுத்து ஒரு பக்கத்தில் அதற்கு விளக்கம் தந்தேன். அந்தப் பாசுரங்களில் இன்று வழக்கில் இல்லாத சில அரிய சொற்களையும் சுட்டிக் காட்டினேன். இந்தத் தொடருக்கு வாசகர் களிடையே நல்ல வரவேற்பு கிடைத்தது. எனது 'ஆழ்வார்கள் ஓர் எளிய அறிமுகம்' என்னும் நூலுக்கு துணை நூலாக இது இருக்கும் என்று தோன்றுகிறது.

திவ்யப் பிரபந்தம் முழுவதற்கும் ஒவ்வொன்றாக அர்த்தம் சொல்வதில் ஓரளவுக்கு ஆயாசம் ஏற்பட்டுவிடும். மாறாக, சில பாசுரங்களை அடையாளம் காட்டும்போது மற்ற பாடல்களைத் தேட ஆர்வம் ஏற்படும். அதுதான் இந்த நூலின் குறிக்கோள். நான் கோடி காட்டியதை நீங்கள் தேடிக் கண்டுபிடிக்க வேண்டும். அந்த அற்புதமான தேடலில் உங்களுக்குப் பல இரத்தினங்கள் கிடைக்கும்.

வாரம் ஒரு பாசுரத்தை வெளியிட்ட அம்பலம், கல்கி இதழ்களின் ஆசிரியர்களுக்கும் நன்றி.

– சுஜாதா

1

விளக்கேற்றித் துவங்குவோம்

எந்த நல்ல காரியத்தையும் விளக்கேற்றித்தான் துவக்கி வைக்கிறோம். இன்றைய தினங்களில் கம்ப்யூட்டர் விழாக்கள்கூட குத்து விளக்கேற்றித்தான் துவங்குகின்றன.

குத்து விளக்கைத் தேடி அலைய முடியாது. நமக்கு ஓர் அகல் விளக்கு போதும்.

'தகளி' என்ற அருமையான கடைச் சங்க காலத் தமிழ் வார்த்தையை நாம் மலையாளத்துக்கு இழந்துவிட்டோம். மண் விளக்குக்குப் பயன்பட்டு வந்த சொல். கார்த்திகை மாதத்தில் வீடெங்கும் வரிசையாக ஏற்றி வைப்பார்களே அந்த விளக்கு. அம்மாதிரி விளக்கொன்றை ஏற்றி வைத்து இந்தத் தொடரைத் துவங்குவோம்.

விளக்கேற்றுவது இருள் நீங்குவதற்கு. இடர்ப்பாடுகள், சுனாமி ஆழிப்பேரலைபோல வந்தாலும் அதை நீக்க ஒரு பெரிய விளக்கை ஏற்றி வைத்தால் போதும். அதற்குத் தேவையான சமாசாரங்கள் என்ன என்ன? முதலில் ஒரு தகளி வேண்டும். அதற்கு உலகத்தையே (வையம்) எடுத்துக் கொள்ளலாம். அதில் எண்ணெய் ஊற்ற வேண்டும்; அதற்கு (வார்கடல்) சமுத்திரத்தைப் பயன்படுத்தலாம். திரி ஏற்ற வேண்டும்; கதிரவனைப் பற்ற வைக்கலாம். அதைக் கடவுளின் பாதத்தில் வைத்தால் போதும் காரியம் முடிந்தது.

இவ்வளவு பெரிய விளக்கை ஏற்றுவது கொஞ்சம் கஷ்டம்தான் என்றாலும் கற்பனை செய்தாவது பார்க்கலாமே. அட

சொல்லியாவது பார்க்கலாமே! காசா? பணமா? அந்தச் சொல்
மாலையாலேயே இடர்ப்பாடுகள் அனைத்தும் நீங்கி விடும்
என்கிறார் பொய்கையாழ்வார்.

வையம் தகளியா வார்கடலே நெய்யாக
வெய்ய கதிரோன் விளக்காக - செய்ய
சுடராழியான் அடிக்கே சூட்டினேன் சொல்மாலை
இடராழி நீங்குகவே என்று

(வெய்ய - வெப்பமிக்க, செய்ய - சிவந்த, சுடராழி - ஒளிச்
சக்கரம், இடராழி - துன்பக் கடல்).

இதைப் பாடிய பொய்கையாழ்வார் ஆறாம் நூற்றாண்டைச்
சேர்ந்தவர். திருவெஃகா என்ற பழைய பெயர் கொண்ட காஞ்சி
புரத்துக்காரர்-துறவி.

இந்தப் பாடல் நாலாயிர திவ்யப் பிரபந்தத்தில் 2082ஆம் பாசுரம்.
இயற்பா என்கிற பகுதியில் முதல் திருவந்தாதியில் முதல்
பாசுரம்.

இது நேரிசை வெண்பாவில் அமைந்தது. பொய்கையாழ்வார்
பாடிய நூறு பாடல்களால் புறவிருள் அகன்றது என்பது வைண
வர்கள் நம்பிக்கை. அதிகாலையில் கடற்கரையில் இருள் பிரியும்
வேளையில் நின்றுகொண்டு தொடு வானத்தில் சூரியன் உதிக்க
எழுந்து உலகெலாம் வெளிச்சத்தில் நனைவதைப் பார்க்கும்
போது 'சஹஸ்ரகோடி பாஸ்கர துல்யம்' என்று சொல்லும்
'கதிராயிரம் இரவி கலந்தாற்' போன்ற அந்தக் கணத்தில்
பொய்கையாழ்வாரை நினைவில் கொள்ளுங்கள்.

2

பெரிய விளக்கு

பொய்கையாழ்வார் ஏற்றியது மிகப் பெரிய விளக்கு. அந்த அளவுக்கு விளக்கேற்ற முடியாத பூதத்தாழ்வார் என்னால் முடிந்த விளக்கை ஏற்றிப் பார்க்கிறேன் என்கிறார்.

அன்பே தகளியா ஆர்வமே நெய்யாக
இன்புருகு சிந்தை இடுதிரியா - நன்புகழ்சேர்
ஞானச்சுடர் விளக்கேற்றினேன் நாரணற்கு
ஞானத் தமிழ் புரிந்த நான்

(தகளி - மண் விளக்கு, நன்புகழ்சேர் - குறையற்ற புகழ் கொண்ட, நாரணன் - நாராயணன், விஷ்ணு)

அன்பை ஓர் அகல் விளக்காக்கி அதில் ஆர்வத்தை நெய்யாக ஊற்றி சிந்தனையைத் திரியாகப் பற்ற வைத்தால் ஏற்படும் ஞானம் அல்லது தரிசனம் அல்லது காட்சி எப்படி இருக்கும் என்று யோசித்துப் பாருங்கள்.

உலகில் உள்ள அத்தனை சிந்தனாபூர்வமான விஷயங்களுக்கும் இம்மாதிரியான விளக்கு ஒன்று தேவைப்படும். எந்த விஷயத்தையுமே அறிய முயற்சிக்குமுன் அதை நாம் நேசிக்க வேண்டும். அதன் மேல் அன்பு செலுத்த வேண்டும். அதோடு அதில் ஆர்வம் வேண்டும். ஆர்வம் என்றால் enthusiasm ஈடுபாடு, பிடிவாதமான தேடல் இவற்றுடன் சிந்தனா சக்தியும் சேர வேண்டும். அப்படிச் சேர்ந்துவிட்டால் நாராயணன் கொடுப்பது ஞானம், அறிவு, காட்சி வெளிப்பாடு revelation.

எந்தத் தரிசனத்துக்கும் இரண்டு வகை விளக்கையும் ஏற்ற வேண்டும். தத்துவம், ஞானம் என்ற இரண்டு வகை விளக்கு. பொய்கையாழ்வார் ஏற்றியது தத்துவ விளக்கு. உலகளாவிய தத்துவம். பூதத்தாழ்வார் ஏற்றியது ஞான விளக்கு.

இவ்விரண்டு விளக்குகளையும் ஏற்றும்போது தெரியும் காட்சி என்ன? அதை அடுத்த பாசுரத்தில் பேயாழ்வார் சொல்லக் கேட்போம்.

பூதத்தாழ்வாரின் இந்தப் பாடல் நாலாயிர திவ்யப் பிரபந்தத்தில் 2182ஆம் பாடல். இரண்டாம் திருவந்தாதியின் முதல் பாசுரம். பொய்கையாழ்வார், பூதத்தாழ்வார், பேயாழ்வார் மூவரையும் முதலாழ்வார்கள் என்று சொல்கிறார்கள். இது என்ன பெயர்கள் பேய், பூதம் என்று. இம்மூவரையும் பற்றி சரித்திரக் குறிப்புகள் எதுவும் இல்லை. மூன்றுமே கற்பனைப் பெயர்களாக இருக்க லாம். பொய்கையாழ்வார் ஒரு தாமரைப் பொய்கையில் அவதரித் தார் என்று ஒரு கதை உண்டு. பேயாழ்வார் கோயில் சென்னை மயிலாப்பூரில் உள்ளது. மூவரும் சமகாலத்தவர்கள். சந்நியாசி களா? ரிஷிகளா? ஏதும் தெரியவில்லை.

அவர்கள் எழுதிய முந்நூறு அற்புதமான பாசுரங்களின் மூலம் தான் அவர்களை அறிய முடிகிறது.

3

வெளிச்சத்தில் தெரியும் காட்சி

பொய்கையாழ்வார், பூதத்தாழ்வார் இருவரும் இரண்டு வகை விளக்குகளை ஏற்றி வைத்தனர். ஒன்று, உலகத்தையே தகளியாகக் கொண்டு உடலை அதில் வார்த்து சூரியனைப் பற்ற வைத்தது; மற்றொன்று அன்பை அகல் விளக்காக்கி ஆர்வத்தை நெய்யாக ஊற்றி சிந்தனையைத் திரியாக்கி ஏற்றி வைத்த ஞான விளக்கு.

இவற்றினால் கிடைக்கும் வெளிச்சத்தில் தெரியும் காட்சி என்ன என்பதை பேயாழ்வார் அற்புதமாகச் சொல்லியிருக்கிறார்.

திருக்கண்டேன் பொன்மேனி கண்டேன் திகழும்
அருக்கன் அணி நிறமும் கண்டேன் - செருக்கிளரும்
பொன்னாழி கண்டேன் புரிசங்கம் கைக்கண்டேன்
என்னாழி வண்ணன்பால் இன்று.

(அருக்கன் - சூரியன், செருக்கிளரும் - போரில் கலக்கும், ஆழி - சக்கரம், கடல்)

நான் தரிசித்தது என்ன?

திரு என்னும் மகாலக்ஷ்மியைப் பார்த்தேன். பொன் போன்ற உடலைப் பார்த்தேன். சூரியப் பிரகாசம்கொண்ட ஆபரணங் களைப் பார்த்தேன். பகைவரைக் கொல்லும் சக்கராயுதத்தையும் சங்கையும் பார்த்தேன். கடல் வண்ணன் நாராயணனைப் பார்த்தேன் என்கிறார்.

சட்டென்று மின்னல் வெளிச்சம்போல் இவையனைத்தும் ஒரே சமயத்தில் இலக்குமி சமேதராக விஷ்ணு, ஆழ்வாருக்குத் தரிசனம் தந்திருக்கிறார்.

அதன் பரவசத்தை ஆழ்வார் நமக்குச் சொல்லியிருக்கிறார். மகாவிஷ்ணு எப்படி இருப்பார் என்று சின்ன வயசில் கேட்டிருப் பீர்கள். கையில் சங்கு சக்கரத்துடன் நீல நிறமாக பக்கத்தில் அல்லது மார்பில் லட்சுமியுடன் இருப்பார் என்று உங்கள் தாய் சொல்லியிருப்பார்.

மானிடர்களுக்கு மகாவிஷ்ணுவின் தோற்றம் பற்றி ஆழ்வார்கள் பலரும் பலவிதமாகப் பாடியிருக்கிறார்கள். பேயாழ்வாரின் இந்தத் தரிசனம், அவற்றின் எளிமையான ஒரு வருணனை, அடுத்தமுறை அகல் விளக்கேற்றி வைக்கும்போது இந்தப் பாசுரத்தை நினைவு கொள்ளுங்கள். மகாவிஷ்ணு தெரியலாம்.

4

சோர்வு

'சோர்வு' என்ற வார்த்தை தமிழில் இன்று ஆயாசம், அலுப்பு என்ற பொருள்களில் பயன்படுகிறது. ஆழ்வார்கள் காலத்தில் சோர்வு என்றால் மறதி என்று பொருள் இருந்தது. நாம் பல காரியங்கள் செய்ய மறந்து போய்விடுகிறோம் அல்லது செய்து விட்டு மறக்கிறோம். வேலைக்காரர்களின் சுலபமான சால்ஜாப்பு 'மறந்துட்டேங்க' என்பது. கணவர்கள், மனைவிகள்கூட சௌகரியமான சமயங்களில் மறந்துவிடுவார்கள். நவீன வாழ்க்கையில் இதை செலக்டிவ் மெமொரி என்பார்கள். சில விஷயங்கள் மட்டும் ஞாபகம் இருக்கும்.

சாகும் தறுவாயில் வரும் மறதி நிஜ மறதி. நம் மூளையின் ந்யூரான்கள் நினைத்து நினைத்து களைத்துப் போகின்றன. அந்தக் கட்டத்தில் இடுப்பு வேஷ்டிகூட மறந்துபோய்விடுகிறது. அப்போதுபோய் 'சொத்து ஏதாவது சேர்த்து வைத்திருக்கிறாயா? அதை எங்கே வைத்திருக்கிறாய்? சொல்லு சொல்லு' என்று சுற்றிலும் உள்ளவர்கள் தொந்தரவு செய்வார்கள். ஏறக்குறைய கோமா ஸ்டேஜில் இருப்பவரிடம் யார் கேட்டாலும் பதில் வராது. அந்தக் காட்சியை பெரியாழ்வார் ஒரு திரைப்படம்போல காட்சிப்படுத்துகிறார்.

சோர்வினால் பொருள்வைத்தது உண்டாகில்
சொல்லுசொல்லென்று சுற்றுமிருந்து
ஆர்வினாவிலும் வாய் திறவாதே
அந்தக்காலம் அடைவன் முன்னம்
மார்வம் என்பதோர் கோவில் அமைத்து

மாதவன் என்னும் தெய்வத்தை நாட்டி
ஆர்வம் என்பதோர் பூ விடவல்லார்
அரவதண்டத்தில் உய்யலுமாமே

(சோர்வு - மறதி, ஆர்வினாவிலும் - யார் கேட்டாலும், அந்தக் காலம் - கடைசிக் காலம், மார்வம் - நெஞ்சம், அரவ தண்டம் - நரகத்தில் தண்டனை, உய்யல் - பிழைத்துப் போதல், தப்பித்தல்).

பூதத்தாழ்வார் ஆர்வத்தை அகல் விளக்குக்கு நெய்யாக ஊற்றினார். பெரியாழ்வார் ஆர்வத்தை பூவாகத் தூவுகிறார். நெஞ்சை ஒரு கோயிலாக்கி அதில் மாதவனை (விஷ்ணுவை) தெய்வமாக நட்டு ஆர்வத்தைப் பூவாகப் போட்டால் போதும், எமதூதர்கள் விலகிச் செல்வார்கள் என உத்தரவாதம் அளிக்கிறார்.

'டாக்டர் நரேந்திரனின் வினோத வழக்கு' என்ற என் மேடை நாடகத்தை நீங்கள் பார்த்திருக்கலாம். அது பலமுறை பூர்ணம் விசுவநாதன் அவர்களால் நடிக்கப்பட்டது. தொலைக்காட்சித் தொடராகவும் வந்தது. அதில் ஒருவர் கோமாவில் படுத்திருப் பார். உறவினர்கள் டாக்டரிடம், 'அவரை எப்படியாவது எழுப்பிடுங்க. சாவியை எங்க வெச்சுத் தொலைச்சிருக்கார்னு தெரிஞ்சா போதும் டாக்டர்' என்று கெஞ்சுவார்கள். அந்தக் காட்சிக்கு பெரியாழ்வார்தான் எனக்கு உத்வேகம்.

5

தன்னுள்ளே பிறந்து எழுந்து அடங்கும்

கடல் அலைகளைப் பார்த்துக் கொண்டிருப்பது எவருக்கும் அலுக்காது. இத்தனைக்கும் ஓர் அலைக்கும் அடுத்த அலைக்கும் வித்தியாசமே இல்லாவிட்டாலும் ஒவ்வொன்றும் புதிதாய்ப் பிறப்பது போல் தோன்றும். முயன்று முயன்று தோற்றுப் போய் பின்வாங்கும். சின்னதாகி மறைந்து போவதற்குள் அடுத்த அலை ஆரவாரமாகப் புறப்படும். 'இந்த முறை பார் நிச்சயம் வெற்றி பெற்று விடுவேன்' என்றுதான் புறப்படும். நம் காலை வந்து தொடுவதற்குள் செல்லும். அலை வரும். அலையின் வேகத்தைக் குறைத்து இலக்கை எட்ட விடாமல் செய்து விடும். இந்த நாடகம் இரவு பகலாக வருஷம் முழுவதும் சளைக்காமல் நடக்கும்.

கடலிலிருந்து கிடைக்கும் செய்தி என்ன? முயற்சி செய்து கொண்டே இருந்தால் வெற்றி கிடைக்கும் என்பதா? கடமையைச் செய், பலனை எதிர்பார்க்காதே என்பதா? இல்லையே. கடலின் வெற்றி அழிவைத் தருவதல்லவா! சுனாமி போன்ற ஆழிப் பேரலையா கடலின் வெற்றி.

திருமழிசை ஆழ்வார் தொண்டை நாட்டைச் சேர்ந்த திருமழிசை யில் பிறந்தவர். நிச்சயம் கடற்கரைக்குச் சென்று கடலலை களைக் கவனித்திருப்பார். அலைகளின் பிறப்பு, முயற்சி, எழுச்சி, வீழ்ச்சி இவற்றைக் கவனித்திருப்பார். அவருக்கு அவை யெல்லாமே பரம்பொருளின் செயல்களாகத் தெரிகின்றன.

தனக்குத்தானே அலையெழுகிறது. அதுபோல் உனக்குள்ளேயே நாங்கள் அனைவரும் பிறந்து சிறந்து உனக்குள்ளேயே அடங்கிப்

போகிறோம். எல்லாமே உனக்குள்ளேதான். பிறப்பு, எழுச்சி, அடக்கம் எல்லாமே அவனிடமிருந்து அவனுள்தான் என்னும் போது நம் ஆணவங்கள் எல்லாம் அர்த்தமற்றுப் போகும்.

இனி ஆழ்வாரின் கடலோரக் கவிதையைப் பார்ப்போம்.

தன்னுளே திரைத்தெழும் தரங்கவெண் தடங்கடல்
தன்னுளே திரைத்தெழுந்து அடங்குகின்ற தன்மைபோல்
நின்னுளே பிறந்து இறந்து நிற்பவும் திரிபவும்
நின்னுளே அடங்குகின்ற நீர்மை நின்கண் நின்றதே

(தரங்கம் - அலை, திரிபவும் - மாறுவதும், நீர்மை - குணம், தன்மை)

தனக்குள்ளே திரண்டு எழுகின்ற அலைகடல் தனக்குள்ளே அடங்கிப் போவதுபோல் உயிர்கள் அனைத்தும் உனக்குள்ளே பிறந்து திரிந்து உனக்குள்ளேயே அடங்குகின்ற குணம் உன்னிடத்தில் நிலைத்துள்ளது.

இந்தப் பாசுரம் 'குலங்களாய் ஈரிரண்டில் ஒன்றிலும் பிறந்திலேன்' என்று தன்னை அடையாளம் காட்டிக்கொள்ளும் திருமழிசை ஆழ்வாரின் திருச்சந்த விருத்தத்தில் உள்ளது. ஓசை நயம் மிக்க சந்தக் கலிவிருத்த வடிவில் 120 பாடல்களில் இது ஒன்று. பாட்டுத் திறமைக்கும் பிறந்த குலத்துக்கும் சம்பந்தமில்லை என்பதை நிரூபிக்கிறது. ஆழ்வார்கள் எல்லாக் குலங்களிலும் உள்ளவர்கள்.

இந்த வடிவத்தை இவருக்குப் பின் சிவவாக்கியர் பயன்படுத்தி யிருக்கிறார்.

6

திருவிருத்தம் ஓர் அருவிருத்தம்

நம்மாழ்வாரின் திருவிருத்தம் நூறு கட்டளைக் கலித்துறைப் பாக்களைக் கொண்டது.

அந்தாதி வடிவத்தில் உள்ள அகத்துறைப் பாடல்கள். அகத்துறை என்றால் தலைவன், தலைவி, செவிலி, தோழி, நற்றாய், பாங்கன் போன்ற தீர்மானித்த பாத்திரங்கள் பேசுவதுபோல அமைந்த பாக்கள். சங்கப் பாடல்களின் மரபில் வந்தவை இவை. குறுந் தொகை, அகநானூறு, நற்றிணை, ஐங்குறுநூறு போன்றவை அகத்துறைப் பாடல்களின் தொகுப்பு நூல்கள். சுமார் எட்டாம் நூற்றாண்டில் பக்தி இலக்கியம் தோன்றியபின் அகத்துறைப் பாடல்களின் அற்புதத்தை இழக்காமலிருக்க அவற்றைத் தொல் காப்பியத்தில் சொன்ன அதே விதிகளை சற்று மாற்றி தலைவனை மட்டும் மானுடனிலிருந்து கடவுளாக மாற்றி பக்தியும் காதலும் ஒன்றுதான் என்கிற ஆழமான கருத்தை வலியுறுத்தினார்கள். அவர்களில் நம்மாழ்வார் சிறந்தவர். திருவிருத்தத்தின் பாசுரங்கள் நேரடியாகப் புரிவது கொஞ்சம் கஷ்டம்தான். பதம் பிரித்துப் பொருள் உணர்ந்தால் பல ஆச்சரியங்கள் கிடைக்கும்.

உதாரணம்: இந்தப் பாடலை முதலில் நேரடியாக படித்துப் பாருங்களேன்.

'மலர்ந்தே ஒழிந்தில மாலையும் மாலைப்பொன் வாசிகையும்
புலந்தோய் தழைப்பந்தர் தண்டுற நாற்றிப் பொருகடல்சூழ்
நிலந்தாவிய எம்பெருமான் தனது வைகுந்தமன்னாய்
கலந்தார் வரவு எதிர்கொண்டு வன்கொன்றைகள் கார்த்தன.'

(ஒழிந்தில - இன்னும் மலரவில்லை, பொன்வாசிகை - பொன்னாலான வட்ட மாலை, பந்தர் - பந்தல், நாற்றி - தொங்க விட்டு, வைகுந்தமன்னாய் - வைகுண்டத்தைப் போன்றவளே, கலந்தார் - கூடினவர், கார்த்தன - அரும்பின).

கொன்றை மலர்கள் இன்னும் மலரவில்லை,
நெருக்கமான பந்தல் போன்ற கிளைகளில்
தங்கநிற மலர்களை இன்னும் தரவில்லை
கடல்சூழ்ந்த உலகத்தைத் தாவி அளந்த
பெருமானின் வைகுந்தம் போன்றவளே!
உன்னுடன் கலந்தவர்
வரவை எதிர்பார்த்து
அரும்புகள் மலரக் காத்திருக்கின்றன.

இப்போது இந்தப் பாடலின் அழகு தெளிவாகிறதல்லவா?

தோழி தலைவிக்குச் சொல்வது இது. கொன்றை மலர்கள் மலர்ந்து விட்டன. 'கார்காலத்தில் வருவேன்' என்று சொன்ன தலைவன் இன்னும் வரவில்லையே என்று வருத்தப்பட்ட தலைவிக்கு தோழி சமாதானம் சொல்வது. அவன் வரப் போகி றான் என்ற சந்தோஷத்தில்தான் இவை மலரப் போகின்றன. இது ஒரு காலமயக்கு என்கிறாள். இவ்வகையான பாடல் குறுந் தொகையிலும் உள்ளது; தலைவன்தான் வேறு.

ஒன்பதாம் நூற்றாண்டில் எழுதப்பட்ட இப்பாடலை இருபதாம் நூற்றாண்டில் ஏ.கே. இராமானுஜன் ஆங்கிலத்தில் எப்படித் தந்திருக்கிறார் என்பதை இப்போது வியக்கலாம்.

They haven't flowered yet,
the fat konrai trees,
nor hung out their garlands
an golden circlets
in their sensual canopy of leves
along the branches
dear girl,
dear as the paradise of our lord

who measured the earth
girdled by the restless sea
they are waiting
with buds
for the return
of your lover
once twined in your arms.

7

மீனாய்ப் பிறந்தாலும் போதும்

திருப்பதியில் பிரம்மோற்சவம் நடைபெறுவதையும் தினம் தினம் உற்சவர் யானை வாகனம், கருட வாகனம், சந்திரப்ரபை, முத்துப் பல்லக்கு போன்ற வாகனங்களில் வீதிவலம் வருவதையும் பக்தர்கள் மெய்ம்மறந்து ஆடுவதையும் பாடுவதையும் ஜொலிக்கும் வைர நகைகளையும் அலங்காரத் தங்கக் குடைகளையும் தற்போது தொலைக்காட்சி மூலம் கண்டுகளிக்க முடிகிறது. பெருமான் பக்கத்திலேயே உட்கார்ந்து பார்ப்பதுபோலக் காட்டுகிறார்கள்.

வீட்டுக்குள் சோபாவில் சாய்ந்து உட்கார்ந்துகொண்டு எந்தவித மெய்வருத்தமும் இல்லாமல் பெருமாளைப் பார்க்க முடிகிறது. தரிசிக்க முடியவில்லை!

தரிசனம் என்பதில் கொஞ்சம் நம் உடல் உழைப்பு வேண்டும். அங்கே போக வேண்டும். கூட்டத்தில் இடிபட வேண்டும். நம் தினசரி வேஷங்களை ஒத்திப்போட்டுக் காத்திருக்க வேண்டும். கிட்டத்தில் செல்லத் தடைகள் வேண்டும். பசி, மயக்கம் போன்றவை வேண்டும். அதன் இறுதியில் கிடைக்கும் தரிசனத்தில் அத்தனை சிரமங்களும் மேகத்தை விலக்கிவிட்டு ஜொலிக்கும் சூரியன்போல் சட்டென்று ஏற்படும் ஒரு நிமிடப் பரவசம்தான் தரிசனம்.

வரவேற்பறையில் உட்கார்ந்துகொண்டு டெலிபோன் பேசிக்கொண்டு சானல் மாற்றத் துடிக்கும் விரல்களுடன் பார்ப்பதல்ல.

குலசேகராழ்வார் இந்தத் தரிசனத்துக்காக எல்லா சௌகரியங் களையும் துறக்கலாம் என்கிறார்.

ஆனாத செல்வத்து அரம்பையர்கள் தற்சூழ
வானாளும் செல்வமும் மண்ணரசும் யான்வேண்டேன்
தேனார் பூஞ்சோலைத் திருவேங்கடச் சுனையில்
மீனாய்ப் பிறக்கும் விதியுடையேன் ஆவேனே.

(ஆனாத - அழியாத).

'வானுலகத்தின் அரம்பையர் சூழ்ந்திருக்கும் இந்திர பதவியும் பூலோகத்தில் அரச பதவியும் எனக்கு வேண்டாம். திருவேங்கடத் தில் சுனையில் மீனாகப் பிறக்கும் விதி கிடைத்தால் போதும்' என்கிறார்.

மற்றொரு பாடலில் 'செடியாய் வல்வினைகள்' என்ற ஓர் அருமையான சொற்றொடரை குலசேகராழ்வார் பயன்படுத்து கிறார். செடி போலத் திரும்பத் திரும்ப முளைக்கும் கொடிய பாவங்கள் தீர்வதற்கு கோயில் வாசலில் 'படியாய்க் கிடந்து உன் பவள வாய் காணேனே' என்கிறார்.

அந்த அளவுக்கு மிதிபட்டால்தான் தரிசனம் கிடைக்கும்.

8

ஞானம் பிறப்பது எப்போது?

ஆழ்வார் பாசுரங்களில் யாப்பமைதி என்பதைப் பற்றி ஒரு தனிக் கட்டுரையே எழுதலாம். யாப்பு என்பது மரபுக் கவிதை எழுது வதற்கான விதிகளின் தொகுப்பு.

வெண்பா கட்டளைக் கலித்துறை போன்ற இறுக்கமான விதிகள் கொண்ட பாடல்களில் ஆழ்வார்கள் எளிமையாக விஷயங் களைச் சொல்லியிருப்பதைப் பார்க்கையில் யாப்பு ஒன்றும் அவ்வளவு கடினமானதல்ல என்று தோன்றும்.

தமிழார்வமும் பக்தியும் சிறந்து கலந்தால்தான் இந்த எளிமை கிடைக்கும்.

சந்தக் கலி விருத்தம் என்றொரு பா வகை உண்டு. சிவவாக்கியர் பாடல்களிலும் திருமழிசை ஆழ்வார் பாடல்களிலும் இந்த வகையைக் கண்டுகளிக்கலாம். தானதந்த தானதந்த தானதந்த தானனா என்று ஒவ்வொரு வரியும் துள்ளிக் குதிக்கும். இந்த சந்தத்தில் ஆழமான கருத்துகளையும் ஆழ்வாரால் சொல்ல முடிந்திருக்கிறது.

நீங்கள் வைணவக் கோயில்களில் பெருமாள் சேவிக்கச் சென்றிருந்தால் அர்ச்சகர் கற்பூரம் காட்டும்போது நின்ற திருக் கோலம், பள்ளி கொண்ட திருக்கோலம் அல்லது வீற்றிருந்த திருக்கோலம் என்று மூலவரைப் பெருமாள் நிற்கிறாரா; படுத்துக் கொண்டிருக்கிறாரா; உட்கார்ந்திருக்கிறாரா என்பதை வருணிப் பார். உதாரணமாக ஸ்ரீரங்கத்தில் பெருமாள் படுத்துக்கொண்டிருக் கிறார். திருவல்லிக்கேணியிலும், திருப்பதியிலும் நிற்கிறார்.

திருஊரகத்தில் நிற்கிறார்; பாடகத்தில் உட்கார்ந்திருக்கிறார்; திருவெஃகா என்ற காஞ்சிபுரத்தருகில் படுத்திருக்கிறார். இதை....

நின்றது எந்தை ஊரகத்(து) இருந்தது எந்தை பாடகத்து
அன்று வெஃகணைக் கிடந்த(து) என்இலாத முன்எலாம்
அன்றுநான் பிறந்திலேன் பிறந்தபின் மறந்திலேன்
நின்றதும் இருந்ததும் கிடந்ததும் என் நெஞ்சுளே.

ஊரகம், பாடகம், வெஃகா எல்லாம் திருக்கோயில்கள். ஊரகத் தில் நிற்பவரையும், பாடகத்தில் இருந்தவரையும், வெஃகாவில் படுத்திருப்பவரையும் இவர்களைத் தரிசித்த போதெல்லாம் நான் பிறக்கவில்லை.

எனக்கு ஞானம் வந்ததும்தான் பிறந்தேன். பிறந்தபின் மறக்கவே இல்லை. இப்போது எனக்கு இந்தக் கோயில்களுக்கு போகத் தேவையில்லை. என் மனத்திலேயே அவர் நிற்கிறார்; உட்கார்ந் திருக்கிறார்; படுத்துக்கொண்டும் இருக்கிறார்.

ஞானம் பிறந்தபின் கோயில்களுக்குப் போகத் தேவையில்லை என்பது அற்புதமான கருத்து. அது எப்போது பிறக்கும் என்பது தான் கேள்வி. கற்பூரம் காட்டும்போது வேறெங்கோ பார்த்துக் கொண்டிருந்தால் ஞானம் பிறக்கவே பிறக்காது.

9

ஒரே ஒரு பாசுரம்

வைணவர்களுக்கு மிக முக்கியமான பாசுரம் எது? அதை மட்டும் தெரிந்துகொண்டால் திவ்யப் பிரபந்தத்தையே தெரிந்து கொண்ட மாதிரி. அப்படி ஒரு பாசுரம் இருக்கிறதா என்று இந்த அவசர உலகத்தில் என்னிடம் கேள்விகள் கேட்கிறார்கள். அவர் களுக்கெல்லாம் திருமங்கையாழ்வாரின் இந்தப் பாசுரத்தைப் பரிந்துரைப்பேன்.

என் தந்தை, 'இந்தப் பாசுரம் ஒன்றே போதும். திவ்யப் பிரபந்தத் தின் சாரம், திருமந்த்ரார்த்தம் இதுதான்' என்பார். இறக்கும் தறுவாயில் இந்த ஒரு பாசுரத்தை காதில் சொன்னால் போதும் என்றுகூடச் சொல்வார்கள்.

திருமங்கையாழ்வார் திவ்யப் பிரபந்தத்தில் அதிகம் எண்ணிக்கை யுள்ள பாடல்களைப் பாடியவர். அதிகம் வைணவத் தலங் களுக்குச் சென்று தரிசித்தவர். வட நாட்டில் தேவப் பிரயாகை, நைமிசாரண்யம் பத்ரிகாசிரமத்திலிருந்து துவங்கி, தென்னாட்டில் அத்தனை கோயில்களையும் தரிசித்துப் பாடியுள்ளார். அவர் பாடாத வைணவக் கோயில் இருந்தால் அது சமீபத்தியதாக இருக்கும்.

> குலந்தரும் செல்வம் தந்திடும் அடியார்
> படுதுயர் ஆயினவெல்லாம்
> நிலந்தரம் செய்யும் நீள் விசும்பருளும்
> அருளொடு பெருநிலமளிக்கும்
> வலந்தரும் மற்றும் தந்திடும் பெற்ற

தாயினும் ஆயின செய்யும்

நலம்தரும் சொல்லை நான் கண்டுகொண்டேன்

நாராயணா என்னும் நாமமே

நாராயணன் என்பதற்கு பல அர்த்தங்கள் உண்டு. எ.டு..
- கடலில் சயனித்திருப்பவன்.

நாரா - உலகத்தின் அத்தனை சேதன அசேதனப் பொருள்களையும் தன்னையும் சேர்த்து அயனம் இருப்பிடமானவன் திருமால் என்பதே இதன் ஆழமான பொருள்.

அந்தச் சொல்லைக் கைகண்டு கொண்டுவிட்டால் போதும். நமக்கு நல்ல குலம் அமையும்; செல்வம் பெருகும். அடியவர்களுக்கு ஏற்படும் துயரங்கள் எல்லாம் மட்டமாகும் (நில்நரதம்). பரமபதத்தைக் காட்டும். பெற்ற தாயைவிட அதிகமாகச் செய்யும். நாராயணன் என்ற ஒரே சொல்லை மட்டும் கண்டு கொண்டால் போதும். இதெல்லாம் உத்தரவாதம் என்கிறார்.

10

எதிர்மறைகள்

தமிழ் மொழியின் பல வசதிகளையும் வார்த்தைகளையும் நாம் இன்று இழந்து விட்டோம். உலகத்தில் எல்லா சிறப்புகளையும் வப்பர் என்கிற ஒரே வார்த்தையில் வருணிக்கும் அளவுக்கு சோம்பேறிகளாகி விட்டோம். ஆழ்வார்கள் காலத்தில் வார்த்தைகளை அழகாக பல விதங்களில் பயன்படுத்தியுள்ளார்கள். அதை வியக்கவாவது செய்யலாம்.

உதாரணம், எதிர்மறைகள். புகழ்வோம் என்பதற்கு எதிர்மறை புகழ மாட்டோம்; வருவோம் - வர மாட்டோம்; செய்வோம் - செய்ய மாட்டோம் என்று 'மாட்டோம்' என்பதை மாட்டி விடுகிறோம். ஆழ்வார்கள் எதிர்மறைகளை நளினமாகச் சொன்னார்கள். 'புகழ்வோம்' என்பதற்கு எதிர்மறை 'புகழோம்', 'பழிப்போம்' என்பதற்கு 'பழியோம்'. அதேபோல அல் என்னும் விகுதியையும் எதிர்மறையாகப் பயன்படுத்த முடியும். உதாரணம்: சீறு என்றால் கோபித்துக் கொள், சீறல் என்றால் கோபிக்காதே. என்ன ஒரு சௌகரியம் பாருங்கள். அதை இழந்திருக்கிறோம். இப்போது நம்மாழ்வாரின் பெரிய திருவந்தாதியில் உள்ள இந்த வெண்பாவை கவனிக்கலாம்.

புகழ்வோம் பழிப்போம் புகழோம் பழியோம்
இகழ்வோம் மதிப்போம் மதியோம் - இகழோம் மற்று
எங்கள் மால் செங்கண் மால் சீறல் நீ தீவினையோம்
எங்கள் மால்கண்டாய் இவை

(சீறல் - கோபிக்காதே).

திருமாலே! 'நாங்கள் உன்னைப் புகழ்வோம், புகழாமல் இருப் போம், பழிப்போம், பழிக்காமல் இருப்போம், கேலி செய் வோம், கேலி செய்ய மாட்டோம். கோபித்துக் கொள்ளாதே! பெருமாள் நீ எங்கள் தெய்வமானதால் இந்தப் பாத்தியதைகளை எடுத்துக்கொள்கிறோம்' என்கிறார்.

'நல்ல தமிழ்ச் சொற்களை இழந்ததற்காக திருமாலே எங்களை கோபிக்காதே' என்று இன்று வேண்டிக்கொள்வோம்.

11

பெருமயல் பெண்

பக்தியும் காதலும் ஒன்றே என்று சொல்லத் தீர்மானித்தபின் ஆழ்வார்களுக்கு திருமாலின்மேல் தங்கள் பக்தியின் பல வடிவங்களை விவரிக்க ஒரு மிகப் பெரிய சௌகரியம் கிடைத்ததுபோல ஆகிவிட்டது. நம்மாழ்வார் ஒரு தாய் தன் மகள் செய்யும் காரியங்களைப் பற்றி மிகவும் கவலைப்படும் விதத்தில் திருவாய் மொழியில் சில அற்புதமான பாடல்களைப் பாடியிருக்கிறார். 'என்ன ஆச்சு இந்தப் பெண்ணுக்கு' என்று கவலைப்படுவது போல பல ஆழ்ந்த கருத்துக்களை ஒளித்து வைத்து எளிமையாகச் சொல்லி நம்மை வியப்பில் ஆழ்த்துகிறார்.

மயல் என்ற வார்த்தைக்குப் பல அர்த்தங்கள் உண்டு. மயக்கம், பித்து, மிகுந்த பிரேமை, infatuation, 'மயல் செய்தார்க்கு' என்று சொல்லும்போது பெருமாள் அவளைப் பைத்தியமாக்கி வைத்திருக்கிறார். சுற்றுப்பட்டவர்களிடம் என்ன செய்யப் போகிறேன் என்று கவலைப்படுகிறார். அவள் செய்யும் காரியங்கள் என்ன என்ன?

> மண்ணை இருந்து துழாவி வாமனன் மண் இதுவென்னும்
> விண்ணைத் தொழுது அவன்மேவு வைகுந்தமென்று கைகாட்டும்
> கண்ணை யுண்ணீர்மல்க நின்று கடல்வண்ணன் என்னும்
> அன்னே! என்
> பெண்ணைப் பெருமயல் செய்தார்க்கு என் செய்கேன்!
> பெய்வளையீரே!

(மேவும் - வசிக்கும், அன்னே - துக்கக் குறிப்பு, மயல் - மயக்கம், பித்து).

மண்ணைத் துளாவி 'வாமனாவதாரத்தில் முன்பு அளந்த பூமி இது' என்கிறாள். வானத்தை நோக்கித் தொழுது, 'அவன் வாழும் வைகுந்தம் இது' என்று காட்டுகிறாள். கண்களில் கண்ணீருடன் 'அவன் கடல் நிறத்தவன்' என்கிறாள். என் பெண்ணுக்குப் பெரும் பித்தை ஏற்படுத்தியவருக்கு நான் என்ன செய்வேன் வளையலணிந்த பெண்களே!

(உங்கள் வளையல்கள் கழலாமல் இருக்கின்றன. என் பெண் ணின் வளையல்கள் அனைத்தும் கழன்றுவிட்டன என்பதைக் குறிப்பிடுகிறார்).

மண்ணுக்கும் விண்ணுக்கும் அதிபதி நாராயணன்தான் என்பதை அந்தத் தாய் தன் மகளின் வெட்கம் தவிர்த்த செயல்கள் வழியாக கவலை தோன்றும் வாசகங்களில் வருணிக்கும்போது, தெய்வ பக்தி ஒரு பித்து, எல்லாவற்றையும் மறந்த நிலை என்பதை மறைமுகமாகச் சொல்கிறார். உண்மையாகப் பார்த்தால் தன் மகள் செய்யும் காரியங்களைப் பற்றி அந்தத் தாய் கவலைப்பட வில்லை; பெருமைப்படுகிறாள் என்பது உங்களுக்குப் புரிந்தால் சரி.

12

அனைத்தும் அவனே

கடவுளின் வடிவம் என்ன? அவருக்குப் பெயர் என்ன? எப்படி கடவுளைப் பற்றி நாம் சிந்திப்பது என்ற குழப்பம், மனித சரித்திரத்தில் ஆதி காலத்திலிருந்து உள்ளது. ஆதிமனிதன் இரவின் இருளையும் இடி, மின்னல் போன்ற சமாசாரங்களையும் கண்டு பயந்ததால் அவற்றை ஆளும் வடிவங்களாக கடவுளை எண்ணிப் பார்த்தான். தன்னிலிருந்து வேறுபட்டமைந்த மிருகங்கள் வடிவில் கடவுளை யோசித்தான். தெரிந்த மிருகங்கள், கற்பனை மிருகங்களிலிருந்து தனக்கே அதிக கை கால்கள் சக்திகள் கொடுத்து கடவுள் என்றான்.

மெல்ல மெல்ல தன் வடிவிலேயே கடவுளும் இருக்கிறார் என்று சொல்ல ஆரம்பித்தான். Anthropomorphism என்னும் மனித உருவாக்கத்துக்குப் பின் கடவுளுக்கு வடிவமே தேவையில்லை என்ற தீர்மானத்துக்கு வந்தான். ஆனால், கடவுள் என்ற கருத்தை மனத்தில் உருவாக்கிக்கொள்ள ஒரு வடிவம் சாதாரண ஜனங்களுக்குத் தேவைப்பட்டது. இதில் மதத்துக்கு மதம் கருத்து வேறுபாடும் பிடிவாதமும் வரும்போது சண்டைகள் வந்தன. என் கடவுள்தான் உண்மையான கடவுள் மற்றதெல்லாம் பொய். தெய்வங்கள் என்று ஒவ்வொரு மதமும் அதனதன் துவக்க காலங்களில் அழுத்தமாகச் சொல்லி அதற்காக உயிர்த் தியாகம் செய்யவும் செய்யலாம். செய்தால் நேராக சொர்க்கத்துக்குப் போகலாம் என்று சலுகைகள் தந்தன.

இன்றைய தினங்களிலும் அம்மாதிரி பிடிவாதங்கள்தான் உலகில் பெரும்பாலும் வடியும் இரத்த ஆறுகளுக்குக் காரணம்.

பொய்கையாழ்வார் காலம் சுமார் கி.பி. 600 அப்போதே இம் மாதிரி பூசல்களைச் சந்தித்திருக்கிறார். பௌத்த ஜைனக் கருத்து களும் சாக்கியமும், சைவமும், வைணவமும் முரண்பட்ட காலம்.

'நாராயணன்தான் கடவுள் என்பதை எப்படிச் சொல்வது? அவன் உருவத்தை எப்படி வேண்டுமானாலும் எடுத்துக் கொள்ளுங்கள். யாரைச் சொன்னாலும் அவனைத்தான் சொல்கிறீர்கள்' என்றார்.

தமருகந்ததுஎவ்வுருவம் அவ்வுருவம்தானே
தமருகந்ததுஎப்பேர் அப்பேர்-தமருகந்தது
எவ்வண்ணம் சிந்தித்து இமையாதிருப்பரே
அவ்வண்ணம் ஆழியானாம்

(உகந்தது - விரும்பியது, இமையாதிருப்பரே - இடைவிடாமல் தியானம் செய்தால்)

எந்த உருவத்தை விரும்புகிறோமோ அதுதான் அவன் உருவம்; எந்தப் பெயரை விரும்புகிறோமோ அதுதான் அவன் பெயர். எப்படிச் சிந்தித்தாலும் நீங்கள் சந்திப்பது கையில் சக்கரமுள்ள திருமால்தான்.

நீ யாரைச் சிந்தித்தாலும் பேரைச் சொன்னாலும் அவனைத்தான் சொல்கிறாய். அதனால் உன்னுடைய தெய்வத்தையே உன் னுடைய கிரமப்படி வணங்கிக் கொள் என்று அனுமதி தருகிறார்.

'ஈஸ்வர அல்லா தேரோ நாம்' என்று ஒரு தாத்தா பிற்காலத்தில் விரும்பிப் பாடினதும் இதுதான்.

13

'எல்லாம் நானே' என்கிறாள்

பகவத் கீதையில் பத்தாம் அத்தியாயத்தில் பகவான் ஸ்ரீ கிருஷ்ணர் அர்ஜுனனுக்கு தான் யார் என்று நேரடியாக விளக்கிச் சொல்லும் பிரமிப்பூட்டும் சுலோகங்கள் உள்ளன. பகவத் கீதையை உலகின் தலைசிறந்த நூல்களில் ஒன்றாகச் சொல் வதற்கு முக்கியக் காரணம் இந்த பத்தாம் அத்தியாயம். இதன் கருத்துகளை நம்மாழ்வார் அப்படியே கிரகித்துக்கொண்டு அவற்றை ஒரு தாய் தன் பெண் என்ன என்னவோ பிதற்றுகிறாளே என்று கவலைப்படுவதாக அமைத்த பாசுரங்களாக மாற்றி கீதையின் ஆழ்ந்த கருத்துகளை குறிப்பாக பத்தாம் அத்தியாயத் தில் சொல்லப்பட்ட அத்தனை கருத்துகளையும் எளிமையாகச் சொல்லிவிடுகிறார்.

கடல் ஞாலம் செய்தேனும் யானே என்னும்
கடல் ஞாலம் ஆவேனும் யானே என்னும்
கடல் ஞாலம் கொண்டேனும் யானே என்னும்
கடல் ஞாலம் கீண்டேனும் யானே என்னும்
கடல் ஞாலம் உண்டேனும் யானே என்னும்
கடல் ஞாலம் ஈசன் வந்து ஏறக்கொலோ?
கடல் ஞாலத்தீர்க்கு இவை என் சொல்லுகேன்
கடல் ஞாலத்துக்கு என் மகள் கற்கின்றவே?

(கடல் ஞாலம் - கடல் சூழ்ந்த உலகம், கீண்டேன் - பிளந்தேன், கற்கின்றவே - சொல்வதெல்லாம்)

'நீரையும் நிலத்தையும் செய்ததும் நானே என்கிறாள். அது ஆவதும் நான்; அதைக் கொண்டதும் நான், அதைப் பிளந்ததும் நான்; உண்டதும் நான் என்கிறாள். திருமால் வந்து புகுந்ததாலோ என்னவோ உலகத்தவர்களே, என் மகள் இப்படிப் பேசுகிறாள்'.

இந்தப் பாடலையும் கீதையின் பத்தாம் அத்தியாயத்தில் 32ஆம் சுலோகத்தையும் ஒப்பிட்டுப் பார்க்கலாம்.

ஸர்காணாம் ஆதிர்அந்தஸ்ச மத்யம் சைவாஹம் அர்ஜுன

அத்யாத்ம வித்யாவித்யானாம் வாதஹ ப்ரவத்தாம் அஹம்

'அர்ஜுனா யானே சிருஷ்டி அனைத்தையும் படைத்தவன், காத்தவன், அழித்தவன். அடிப்படை ஞானமும் தர்க்கமும் முடிவு களும் யானே'.

திவ்யப் பிரபந்தத்தில் கீதோபதேசம் பற்றி நேரடியான குறிப்புகள் எதுவும் இல்லைதான். ஆனால், கீதையைப் படித்திராமல் நம்மாழ்வாரால் இந்த வரிகளை எழுதியிருக்க முடியாது.

14

வடக்கே சென்ற...

நிலம், நீர், நெருப்பு, காற்று, ஆகாயம் என்று இயற்கையை ஐந்தாகப் பிரித்துச் சொல்வது நம் வழக்கம். அதேபோல் குணங்களை (Properties) ஒலி, தொடுகை, உருவம், சாரம், மணம் என்று ஐந்தாகப் பிரிப்பார்கள். இதில் நிலத்துக்கு ஐந்து குணங்களையும் நாம் சொல்ல முடியும். நிலத்தில் சப்தங்கள் உண்டு; அதைத் தொட்டுப் பார்க்கலாம். அதற்கு வடிவம் உண்டு. அதற்கு ரசம், Substance உண்டு, வாசனை உண்டு. நீருக்கு இவற்றில் நான்கு குணங்கள்தான் சொல்ல முடியும். வாசனை கிடையாது (கார்ப்பரேஷன் நீரை நான் சொல்லவில்லை).

நெருப்புக்கு சப்தம் உண்டு. தொட்டால் சுடும். வடிவமும் உண்டு. காற்றுக்கு சப்தம் உண்டு. அதைத் தொட்டால் உணரலாம். வடிவம் இல்லை. ஆகாயத்தில் சப்தம் மட்டும்தான் உண்டு.

திருமழிசை ஆழ்வார் தன் திருச்சந்த விருத்தத்தில் இந்தக் கருத்தை ஓசை நயத்தோடு சொல்கிறார்.

> 'பூநிலாய வைந்துமாய் புனற்கணின்ற நான்குமாய்
> தீநிலாய மூன்றுமாய் சிறந்த காலிரண்டுமாய்
> மீநிலாய தொன்றுமாகி வேறு வேறு தன்மையாய்
> நீநிலாய வண்ண நின்னை யார்நினைக்க வல்லரே.'

(பூ - பூமி, புனல் - நீர், கால் - காற்று, மீ - ஆகாயம், நிலாய - நிலவிய)

பூமிக்கு ஐந்து குணங்கள், நீருக்கு நான்கு குணங்கள், நெருப்புக்கு மூன்று, காற்றுக்கு இரண்டு, ஆகாயத்துக்கு ஒன்று என்று நீ பரவி இருப்பதை யாரால் எண்ணிப் பார்க்க முடியும் என்று ஆழ்வார் 'எண்ணி'ப் பார்த்திருக்கிறார்.

இது திருச்சந்த விருத்தத்தின் முதல் பாசுரம்.

சிவவாக்கியரின் பாடல்களில்கூட இது அப்படியே 303ஆம் பாடலாக தொகுக்கப்பட்டுள்ளது. இதனால் சிவவாக்கியரும் திருமழிசை ஆழ்வாரும் ஒருவரே என்றுகூட சிலர் கருது கிறார்கள்.

இந்தப் பாடலின் ஆதாரக் கருத்தானது, நிலம், நீர், நெருப்பு, காற்று, ஆகாயம் என்னும் பஞ்ச பூதங்களுக்கும் குணங்கள் கூறுவது. நல்லெழுதியாரின் பரிபாடலில் உள்ளது. இதே கருத்து விஷ்ணு புராணத்திலும் உள்ளது. விஷ்ணு புராணம் ஆழ்வார் களின் காலத்துக்குப் பிற்பட்டது. பரிபாடல் ஆழ்வார்களின் காலத்துக்கு முற்பட்டது.

எனவே, பிற்சங்க காலத்திலிருந்து ஆழ்வார் மூலமாக வடக்கு நோக்கிச் சென்றிருக்கிறது இந்த அற்புதமான கருத்து.

15

காற்றினிலே வரும்

நல்ல சங்கீதம் கேட்கும்போது நம் அத்தனை செயல்பாடுகளும் நின்று போகக்கூடிய ஓர் அமானுஷ்யமான அமைதியை எப்போதாவது வாழ்வில் நிச்சயம் அனுபவித்திருப்பீர்கள். ஊரெல்லாம் உறங்கி இரவின் மௌனத்தில் தூரத்தில் ஒரு குழலோசை கேட்கிறது. அதைக் கேட்டதும் மெய்ம்மறந்து செய்யும் காரியங்கள் அனைத்தையும் நிறுத்திவிடுகிறோம். எங்கிருந்து வருகிறது அந்தக் குழல் ஓசை? சுற்றிலும் அத்தனையும் ஸ்தம்பித்து விடுகிறது. மரங்களில் இலை அசைவதுகூட நின்று போகிறது. தன்னிச்சையாக மரங்களிலிருந்து தேன் வடிகிறது. மலர்கள் எல்லாம் உதிர்ந்து விடுகின்றன. மரக்கிளைகள் தாழ்கின்றன. அந்தக் கிளைகள் கைகூப்பி வணங்குவதுபோல சேர்ந்து கொள்கின்றன. அந்தக் குழலோசை வரும் திசை நோக்கி இயற்கையே திரும்புகிறது. அந்தக் குழலை ஊதுவது யார்? கண்ணன் பெரியாழ்வாரைப் போல கண்ணனின் மேல் ஈடுபாடு கொண்டவர் யாருமே இல்லை. கண்ணன் குழல் ஊதுவதை அவர் வர்ணிக்கும் இந்தப் பாடலைப் படிக்கும் உங்களுக்கும் காற்றில் அந்தக் கீதம் நிச்சயம் கேட்கும்.

கருங்கண் தோகை மயிற்பீலி யணிந்து

கட்டி நன்கு(உ)டுத்த பீதக ஆடை

அருங்கல உருவின் ஆயர் பெருமான்

அவன்ஒருவன் குழல்ஊதின போது

மரங்கள் நின்று மதுதாரைகள் பாயும்

மலர்கள் வீழும் வளர்கொம்பகள் தாழும்

இரங்கும் கூம்பும் திருமால் நின்றநின்ற
பக்கம் நோக்கி அவை பெய்யும் குணமே

(பீலி - இறகு, பீதக ஆடை - பீதாம்பரம், அருங்கலம் - அருமை
யான ஆபரணங்கள், இரங்கும் - உருகும், கூம்பும் - குவியும்).

மயிலிறகும் கட்டி உடுத்த பட்டாடையும் அருமையான நகை
களும் அணிந்த கண்ணன் குழலூதும்போதும் பூமி சுழல்வதை
சற்று நேரம் நிறுத்தி விடுகிறது!

16

திருப்பதிக்குச் செல்லும் மேகங்கள்

ஆழ்வார் பாசுரங்களை ரசிக்க முதலில் பதம் பிரித்துக்கொள்ள வேண்டும். அது சில சமயம் எளிதாக இருக்கும். சில சமயம் ரொம்ப கடினமாக. தொண்டரடிப்பொடி ஆழ்வாரின் பாசுரங்கள் எளிமை ரகத்தைச் சேர்ந்தவை. நம்மாழ்வாரின் பாசுரங்களும் அப்படியே. அவரது திருவிருத்தம் மட்டும் படுத்தும். உதாரணத்துக்கு இந்த 31ஆம் பாசுரத்தைப் பாருங்கள்.

> இசைமின்கடூதென்றிசைத்தாலிசையிலமென்றலைமே
> லசைமின்களென்றாலசையுங்கொலாமம்பொன்மாமணிக
> டிசைமின்மிளிருந்திருவேங்கடத்துவன்றாட்சிமய
> மிசைமின்மிளிரியபோவான்வழிக்கொண்டமேகங்களே

தலைகால் புரியவில்லையா? இதில் ஒளிந்துகொண்டிருக்கும் பாடல் என்ன பார்க்கலாம். முதலில் பதம் பிரித்தால் கொஞ்சம் வெளிச்சம் கிடைக்கும்.

> இசைமின்கள் னது என்று இசைத்தால் இசையிலும் என் தலைமேல்
> அசைமின்கள் என்றால் அசையும்கொலோ அம்பொன்
> மாமணிகள்
> திசைமின்மிளிரும் திருவேங்கடத்து வன்தாள் சிமயம்
> மிசை மின் மிளிரிய போவான்வழிகொண்ட மேகங்களே

(வன்தாள் சிமயம் - வலிமையான அடிவாரமுள்ள சிகரம்).

இப்படிப் பிரித்தால் இன்னும் கொஞ்சம் தெளிவாகிறது. இந்தப் பாடலில், தலைவி திருவேங்கடமலைக்குச் செல்லும் மேகங்

களைத் தூது போகச் சொல்கிறாள். அவை 'போ போ அதற் கெல்லாம் எனக்கு நேரமில்லை' என்று மறுத்துவிட, 'என் தலையையாவது மிதித்துவிட்டுச் செல்லுங்கள்' என்கிறாள்.

இப்படி ஓர் அழகான ரத்தினத்தைப் பதம் பிரித்துத் தோண்டியெடுக்க வேண்டும்.

தமிழை ஒரு aggultinative language என்பார்கள். வார்த்தைகளை ஒட்ட வைத்துக்கொண்டே போகலாம். 'இசைமின்கடூது' என் பதை இசைமின்கள் தூது என்றும், மணிகடிசைமின்மிளிரு - மணிகள் திசை மின் மிளிரும் என்றும் வெளியே கொண்டு வந்தால் கிடைப்பது ஓர் அற்புதமான அகத்துறைப் பாடல். எப்பொழுதும் கைம்மாறு கருதாமல் பிறருக்கு உதவுதலையே இயல்பாக உடைய மேகங்கள் நம் காரியம் செய்யத் தக்கன என்று தலைவி நினைத்து வேங்கட மலைச் சிகரத்தில் மின்னலடிக்கச் செல்லும் மேகங்களிடம் என்னைப் பற்றி பெருமாளிடம் சொல்லுங்கள் என்று கேட்டதில் தூது சொல்ல, அவை இசைய(சம்மதிக்க)வில்லை. அதனால் 'என் தலை மேல் உங்கள் பாதத்தை வைத்துவிட்டாவது செல்லுங்கள்' என்று கேட்கிறாள்.

இந்த நாட்களில் திருப்பதிக்குச் செல்லும் மேகங்களை லட்டு வாங்கி வர மட்டுமே சொல்வோம்!

17

பருவமடையாத பெண்

சங்கப் பாடல்களுக்கும் ஆழ்வார் பாசுரங்களுக்கும் தொடர்பு நிறையவே உண்டு. குறிப்பாக அகத்துறைப் பாடல்களின் விதிகளை பக்தி இலக்கியத்துக்கு ஏற்ப மாற்றிக் கொடுத்த பெருமை ஆழ்வார்களைச் சேரும். குறுந்தொகையின் 337ஆம் பாடலைப் பாருங்கள்.

முலையே முகிழ்முகிழ்த்தனவே, தலையை
கிளைஇய மென்குரல் கிழக்கு விழ்ந்தனவே,
செறி முறைவெண் பலும் பறிமுறை நிரம்பின;
சுணங்கும் சில தோன்றினவே; அணங்குதற்கு
யான் தன் அறிவல்; தான் அறியலளே;
யாங்கு ஆகுவள்கொல் தானே
பெரு முது செல்வர் ஒரு மட மகளே

- பொதுக்கயத்துக் கீரந்தையார்

முலைகள் அரும்பின;
தலைமயிர் நீண்டு தாழ்ந்தது;
பால் பற்கள் விழுந்து முளைத்துவிட்டன;
உடலில் தேமலும் தோன்றியுள்ளது;
எனக்குத் தெரிகிறது,
அவளுக்கு இன்னும் புரியவில்லை.
பணக்காரர்களின் ஒரே பெண்.
என்ன ஆகப் போகிறாளோ?

பொதுக்கயத்துக் கீரந்தையார் என்னும் சங்ககாலப் புலவர் பாடிய இந்தப் பாடல் பருவமடையத் தொடங்கியிருக்கும் பெண்ணைப் பற்றியது. அதன் அடையாளங்கள் எனக்குத் தெரிகின்றன. அவளுக்குத் தெரியவில்லை என்று அவளுக்குப் பருவம் வாய்த்தது தன்னை வருத்தியதாக தலைவன் சொல்வது போன்ற பாட்டு. நம்மாழ்வார், பருவம் இன்னும் அடையாத பெண் திருவேங்கடப் பெருமாள் மேல் கொண்ட காதலைப் பற்றி செவிலித் தாய் கவலைப்படுவதாக மாற்றி நளினப்படுத்தி யிருக்கிறார்.

முலையோ முழுமுற்றும் போந்தில மொய் பூங்குழல் குறிய
கலையோ அரையில்லை நாவோ குழறும் கடல்மண் எல்லாம்
விலையோ என மிளிரும் கண் இவள் பரமே பெருமாள்
மலையோ திருவேங்கடம் என்று கற்கின்ற வாசகமே?

(குழல் - கூந்தல், குறை - சிறியது, கலை - ஆடை, அரை - இடுப்பு).

தலைமகள் இளமைக்குச் செவிலி இரங்குவதாக உள்ள 'இந்தப் பாட்டில், இந்தப் பெண்ணுக்கு மார்பே இன்னும் பெரிதாக வில்லை. தலை மயிர் வளரவில்லை. ஆடைகள் இடுப்பில் நில்லாமல் நழுவுகின்றன. பேச்சு சரியில்லை. கண்கள் உலகை விலை பேசும் அளவுக்கு மிளிர்கின்றன. பெருமாள் இருப்பது திருவேங்கடம் என்று மட்டும் கூறுகிறாள் இந்தப் பேதைப் பெண்' என்று ஒரு தாய் இன்னும் பருவம் எய்தாத தன் மகள் திருமாலையே எண்ணுவதை நினைத்து மனம் வருந்துவதுதான் இதன் நேரடி அர்த்தம்.

இந்தப் பாடலின் 'ஒரு மாதிரியான' விஷயத்தை வைணவர்கள் அப்படியே ஏற்றுக்கொள்ள மாட்டார்கள். 'ஸ்வாபதேச' அர்த்தத் தின்படி 'முலை முற்றும் போந்தில' என்றால் பக்தி இன்னும் முழுவதும் பரம பக்தியாகவில்லை. 'குழல் குறிய' என்றால் தலையால் செய்யப்படும் வணக்கம் போதாது. 'கலை அரை யில்லை' என்பதை முயற்சி இன்னமும் நிறைவேறவில்லை. இப்படி டெட்டால் போட்டு சுத்தப்படுத்தித்தான் ஏற்றுக்கொள் கின்றனர்.

18

யாவையும் யாவும்

ஒவ்வொரு சமயத்தாரும் கடவுள் அப்படியிருப்பார் இப்படி யிருப்பார், அவருக்கு இன்ன இன்ன குணங்கள் என்று விவரிக் கின்றனர். எங்கள் கடவுள்தான் நிஜமான கடவுள். மற்றதெல் லாம் பொய் என்றும் சில மதங்கள் கூறுகின்றன. சிலர் கடவுள் இல்லை என்று சொல்லி விக்கிரகங்களை உடைக்கிறார்கள். இந்துக்கள் தம் கோயில்களில் கடவுளை பல வடிவங்களில் விக்கிரகங்களாக வழிபடுகின்றனர். இது பிற சமயத்தவருக்கு வியப்பாக இருக்கும். சித்தர்கள்கூட இதைக் கேலி செய்திருக் கிறார்கள்.

இறைவனின் விக்கிரக வடிவை 'அர்ச்சாவதாரம்' என்று சொல் வார்கள். இது என்ன என்பதை ஆச்சார்ய ஹ்ருதயம் என்னும் நூல் விளக்குகிறது. பரத்துவம், வியூகம், விபவம், அந்தர்யாமித் துவம் என்னும் நான்கு நிலைகளில் உள்ள குணங்களையும் அர்ச்சாவதாரத்தில் காணலாம் என்று சொல்கிறது. தமிழில் சொன்னால் பரமபதத்தில் இருப்பது (பரத்துவம்) பாற்கடல் சூழ்ந்திருப்பது (வியூகம்) அவதார வடிவங்களில் இருப்பது (விபவம்) எங்கும் ஊடுருவியிருப்பது அந்தர்யாமித்துவம். இவை அனைத்தையும் ஒரு விக்கிரகத்தின் மூலம் காணலாம் என்கிறது.

எளிய மனங்களுக்கு உயர்ந்த தத்துவங்கள் புரியாது. ஆனால், ஓர் அழகான விக்கிரகத்தை கடவுளின் பிரதிநிதியாக ஒரு பாவனை யாக ஏற்பதில் கஷ்டம் இருக்காது. இருந்தும் பகவான் விக்கிரகங் களுக்கு அப்பாற்பட்டவர் என்பதை மறக்கக்கூடாது. அவனை

அடைய வேண்டும் என்றால் வடிவங்களுக்கு அப்பால் சிந்திக்க வேண்டும்.

யாவையும் யாவரும் தானாய்
அவரவர் சமயம் தோறும்
தோய்விலன் புலன் ஐந்துக்கும்
சொலப்படான் உணர்வின் மூர்த்தி
ஆவிசேர் உயிரின் உள்ளால்
ஆதுமோர் பற்றிலாத
பாவனை அதனைக் கூடில்
அவனையும் கூடலாமே

எல்லாமும் அவன்தான் எல்லாரும் அவன். அவரவர் மதங்களால் பாதிப்பு இல்லாதவன் (தோய்விலன்) ஐந்து புலன்களுக்கும் சொல்ல முடியாமல் உணர்வின் வடிவமாய் உயிரின் உள்ளே போய் யோசித்தால், பற்று எதுவும் இல்லாத ஒரு பாவனையை எட்டிப் பிடிக்க முடிந்தால் அவனைத் தொட்டுப் பார்க்க முடியும்.

திருவாய்மொழியில் நம்மாழ்வார் யோசித்த அளவுக்கு நம்மால் யோசிக்க இயலாது. அதனால் முமுட்சுப்படி என்னும் வைணவ நூலில் சொன்னபடி விக்கிரகங்கள்தான் 'பர வியூக விபவங்கள் போலன்றிக்கே கண்ணாலே காணலாம்படி இருக்கும்'. விக்கிரகங்களை உடைக்கக்கூடாது.

19

எந்த வாரம் இந்த வாரம்

தஞ்சைப் பகுதியில் நிலச் சொந்தக்காரர்களையும் குத்தகைக்காரர் களையும் மேல்வாரம், குடிவாரம் என்று இன்றும் சொல் கிறார்கள். திருப்பாணாழ்வாரின் இந்தப் பாடலில் வாரம் வருகிறது.

> பாரமாய பழவினை பற்றறுத்து என்னைத்தன்
> வாரமாக்கிவைத்தான் வைத்ததன்றி யென்னுள்புகுந்தான்
> கோரமாதவம் செய்தனன் கொலறியேனரங்கத்தம்மான் திரு
> ஆரமார்பதன்றோ அடியேனை யாட்கொண்டதே

'சுமையாக நின்ற பழைய பாவங்களின் சம்பந்தத்தைத் தொலைத்து என்னைத் தன்னிடத்தில் அன்புடையவனாகப் பண்ணி வைத்தான். அது மட்டுமல்லாமல் என் இதயத்துக்குள் நுழைந்துவிட்டான். உக்ரமான தவம் ஏதாவது நான் முற்பிறவி யில் செய்திருக்க வேண்டும், தெரியவில்லை. திருவரங்கனின் மார்பன்றோ என்னை ஆட்கொண்டது.'

திருப்பாணாழ்வார் திவ்யப் பிரபந்தத்தில் பத்து பாடல்கள்தான் பாடியுள்ளார். பத்தும் முத்துக்கள்.

இந்த உருக்கமான பாடலில் உள்ள 'வாரம்' என்பதற்குப் பல பொருள்கள் உள்ளன. என்னைக் குத்தகைக்கு எடுத்துக்கொண்டு விட்டான். பகவான் என் எஜமானன். நான் அவரிடம் வாடகைக்கு இருக்கிறேன் என்கிற அர்த்தம் கவிதை நயமும் ஆழமும் மிக்கது. 'பங்காகப் பற்றும்படிச் செய்தான்' என்கிற பொருளும் வாரம்

என்பதற்கு உண்டு. 'வாரமாக ஓதுவார்கள்' என்றால் நிஷ்டை யாக நியமமாக ஓதுகிறவர்கள். 'வாரம் நடப்பது' என்பது கோயி லுக்குப் பிரார்த்தனை செய்துகொண்டு போவது. 'வாரமோதல்' என்பது உருச்சொல்வது. litany நியமமாகச் சொல்லுதல். இப்படிப் பல படிமங்கள் கொண்ட சொல்லில் திருப்பாணாழ் வார் சொல்வது எந்த வாரம் என்று நீங்களே தீர்மானிக்கலாம்.

'வாரம் ஒரு பாசுரம்' என்ற ஒரே ஒரு பிரயோகத்தில் மட்டும் இன்று இந்தச் சொல் முடங்கிக் கிடக்கிறது.

20

ஒழிக்க ஒழியாது

மார்கழி மாதம் ஒவ்வொரு நாளும் திருப்பாவையின் பாசுரங்கள் சொல்லி, தமிழர்கள் வாழும் எல்லா நகரங்களிலும் விரிவான விளக்கங்கள் சொல்வார்கள். என் தந்தையார் காரப்பங்காடு வெங்கடச்சாரியார் ஸ்வாமிகளிடம் திருப்பாவை வியாக்கியானம் கேட்பார். ஒருமுறை என்னை அழைத்துச் சென்றிருந்தார். அத்தனை விரிவாக ஒரு பாசுரத்துக்கு விளக்கம் நான் கேட்டதில்லை. முழுசாக இரண்டரை மணி நேரம் ஒரே ஒரு பாசுரம்!

உத்தியோகக் கட்டாயங்களினால் நான் என் பெற்றோரைப் பிரிந்து பல ஊர்களுக்குச் சென்று அலைந்து திரிந்து ஸ்ரீரங்கம் வந்து அவசரத்தில் திரும்பும்போது 'ஸாரிப்பா! உன்னோட அதிகம் பேச முடியல' என்று மன்னிப்புக் கேட்பேன். அதற்கு அவர் 'பரவாயில்லை, உனக்கும் எனக்கும் உள்ள உறவு ஒழிக்க ஒழியாது' என்பார். இந்தச் சொற்றொடர் திருப்பாவை 28ஆம் பாசுரத்தில் வருகிறது.

கறவைகள் பின்சென்று கானம் சேர்ந்து (உ)ண்போம்
அறிவொன்றும் இல்லாத ஆய்க்குலத்து (உ)ன்தன்னை
பிறவி பெறுந்தனை புண்ணியம் யாம் உடையோம்
குறையொன்றும் இல்லாத கோவிந்தா! உன் தன்னோ(டு)
உறவேல் நமக்கிங்கொழிக்க ஒழியாது
அறியாத பிள்ளைகளோம் அன்பினால் உன்தன்னைச்
சிறுபேர் அழைத்தனவும் சீறி அருளாதே
இறைவா! நீ தாராய் பறை ஏலோர் எம்பாவாய்

(திருப்பாவை , 28)

(கறவை - பசு, சிறு பேர் - செல்லப் பெயர்)

பசுக்களின் பின்னால் போய் காட்டை அடைந்து கட்டுச் சோறு தின்பவர்கள் நாங்கள். அதிக அறிவில்லாத எங்கள் இடைக் குலத்தில் நீ வந்து பிறக்கும் புண்ணியம் எங்களுக்குக் கிடைத்தது. குறையற்றவனே! கோவிந்தனே! உன்னோடு எங்கள் உறவு ஒழித் தாலும் ஒழியாதது. அறியாத சிறுமிகள் உன்னை அன்பினால் 'நீ', 'வா' என்றெல்லாம் அழைக்கிறோம். கோபிக்காதே! எங்களுக்கு வேண்டியதைத் தருவாய்.

கல்வியற்றவர்களும் பக்தியால் அவனுடைய அருளைப் பெற லாம். பகவானுக்கும் ஆத்மாக்களுக்கும் உள்ள தொடர்பு ஆரம்ப மற்றது. எப்போதும் இருப்பது. அதைப் பகவானாலும் ஆத்மாக் களாலும் தனியாகவோ சேர்ந்தோ ஒழிக்க முடியாது. 'என்று நீ அன்று நான்' என்று தாயுமானவர் சொல்வதுபோல... உண்மை யான உறவுகள் அனைத்துமே ஒழிக்க ஒழியாதது. கணவன்- மனைவி, அப்பா-பிள்ளை, தாய்-மகள், நண்பர்கள்-காதலர்கள் ஏன் எதிரிகளோடுகூட ஒழிக்க முடியாத உறவுகள்தான்!

21

வீட்டுக்குச் செல்லும் வழி

'விடுப்பா வீட்டுக்குப் போகலாம்.'

இந்த எளிய உரையாடலை யோசியுங்கள்.

'விடு' என்கிற வினைச் சொல்லைப் பெயர்ச் சொல்லாக்கும் போது 'வீடு' என்றாகி விடுதலையைக் குறிக்கிறது; நட்டபின் வீடில்லை (நட்பை எளிதாக விட்டுவிட முடியாது) என்கிறது குறள். வீடெனப்படும் வினைவிடுதல் என்று சீவக சிந்தாமணி யில் கரும வினைகள் நீங்குதல் என்கிற பொருளில் வருகிறது. இவை எல்லாம் வெளியே அழைக்கின்றன. அதே சமயம் மற்றொரு கோணத்தில் வீடு என்பது நம்மை அறைகளுக்குள் கட்டிப் போடுகிறது. வீடு என்று சொல் மனை, இருப்பிடம் என்ற பொருளில் முதலில் புறப் பொருள் வெண்பா மாலை என்னும் நூலில் வருகிறது. தமிழில் வீட்டுக்குப் பல பொருள்கள் உண்டு. வசிக்கும் இடம், சொர்க்கம், விடுதலை, ஜோசியர்கள் சொல்லும் கிரகங்களின் இருப்பிடம் இப்படி இந்தச் சொல்லின் எல்லாப் பயன்பாடுகளையும் நம்மாழ்வார் ஒரு சிறிய வஞ்சிப்பாவில் வைத்திருக்கிறார்.

> வீடுமின் முற்றவும்
> வீடு செய்துஉம்முயிர்
> வீடுடையானிடை
> வீடு செய்ம்மினே

முதல் 'வீடு', 'வீடுமின்' விட்டு விடுங்கள் என்று ஆணை யிடுகிறது. முற்றவும் வீடு செய்து எல்லாவற்றையும் இவ்வாறு

விட்டபின் வீடுடையானிடை - முக்தி அளிப்பவனிடத்தில், வீடு செய்ம்மின் - ஒப்படைத்துவிடுங்கள். ஒரு வீடு விடுதலை வேண்டுகிறது, ஒரு வீடு சொர்க்கம் காட்டுகிறது, ஒரு வீடு ஒப்படைக்கிறது. 'முற்றவும்' என்பது முக்கியம். யான், எனது என்ற இருவகைப் பற்றையும் பரிபூர்ணமாக விட்டுவிட வேண்டுமாம்.

நதியில் மூழ்கப் போகிறவன் ஆடை அவிழ்ந்து வெள்ளத்தில் சென்றால் கவலைப்பட மாட்டான். அதுபோல கடைசி ஆசைகளையும் துறந்து வீடுடையானிடத்தில் வீடு செய்தல் வேண்டும். அப்போதுதான் நம்மால் வீட்டுக்குப் போக முடியும்.

22

விழுங்கினவனை விழுங்கினேன்

மதுரைக்குப் பக்கத்தில் உள்ள அழகர் மலையின் பழைய பெயர் திருமாலிருஞ் சோலை. நம்மாழ்வார் திருவாய்மொழியில் இதன் பெருமானைப் பற்றிப் பல பாசுரங்கள் பாடியிருக்கிறார். அவற்றில் எதை எடுத்தாலும் வியப்பளிக்கும், தமிழ் கொஞ்சும். உதாரணம்...

> பேரே உறைகின்ற பிரான் இன்று வந்து
> பேரேன் என்று, என் நெஞ்சு நிறையப் புகுந்தான்;
> கார் ஏழ், கடல் ஏழ், மலை ஏழ், உலகு உண்டும்
> ஆரா வயிற்றானை அடங்கப் பிடித்தேனே

பிரபஞ்சத்தை முழுவதும் விவரிக்க முடியாது. அதன் விஸ்தாரத்தை எளிமையாகச் சொல்ல ஏழு கடல், ஏழு மலை, ஏழு உலகங்கள் என்று உருவகப்படுத்துவது பண்டைய வழக்கம். Seven Seas என்று படித்திருப்பீர்கள். இப்படி ஏழு ஏழாக அடுக்கி அவை அனைத்தையும் கிருஷ்ணன் சிறு குழந்தையாக இருக்கும்போது உண்டவர் என்று ஒரு கதை சொல்வார்கள். யசோதை 'வாயைத் திற' என்று அதட்டிக் கேட்டதில் அந்தத் தாய்க்கு தொண்டைக்குள் ஏழு உலகங்களையும் காட்டி ஓர் அதிர்ச்சி தந்தாராம்.

எப்படி ஒரு சிறு குழந்தையால் அத்தனை பெரிய உலகை உண்ண முடியும் என்று வியப்பாக இருக்கும். இந்தத் தத்துவத்தின் உட்பொருள் கடவுள் பிரபஞ்சம் அனைத்தையும் தனக்குள் அடக்கியவர் என்பது. இந்தப் பரந்து விரிந்த கருத்துக்கு ஒரு படி மேலே சென்று ஆழ்வார், அத்தகைய பிரம்மாண்டமான பிரான் எனக்குள்

வந்து என் நெஞ்சு நிறையப் புகுந்துகொண்டு விட்டான். அவனை அப்படியே அடக்கிப் பிடித்துக்கொண்டேன் என்னும்போது கடவுள் எல்லையற்றவராயினும் பக்தியின் எல்லைக்குள் அகப்படுவார் என்கிறார்.

பேரே உறைகின்ற - பெயர் பெற்ற ஊரில் உள்ள பிரான் இன்றைக்கு வந்து உன்னை விட மாட்டேன் என்று என் நெஞ்சை நிரப்பி விட்டான். ஏழு மேகங்கள், ஏழு கடல், ஏழு மலைகள், ஏழுலகங்களைச் சாப்பிட்டும் ஜீரணிக்காத வயிறுள்ளவனை அடங்கப் பிடித்தேனே!

'கடவுள் உலகை உண்டார்; கடவுளை நான் உண்டேன்' என்கிறார்.

'நான் உன்னையன்றி இலேன் கண்டாய் நாரணனே நீ என்னை அன்றி இலை' என்பது வைணவத்தின் முக்கியமான கருத்து. இந்தப் பாடலை ஏ.கே. இராமானுஜன் அருமையாக ஆங்கிலத் தில் மொழிபெயர்த்திருப்பதைப் படிக்கும்போது முந்தாநாள் எழுதிய கவிதைபோலத் தொனிக்கிறது!

My lord
who lives in the city
of names
came here today
said he had never leave
entered me
filled my heart

I have caught him
the big-bellied one
not content yet
with all that guzzling
on the sevenfold clouds
the seven seas
the seven mountains
and the world that holds them all

I have caught him

I contain him now

23

இறுதியில் 'அவன் தான்'

'ஓர்மை' என்ற சொல் மலையாளத்தில் 'ஞாபகம்' என்ற அர்த்தத்தில் இன்றும் பயில்கிறது. 'ஓர்மையுண்டு' என்றால் நினைவிருக்கிறது என்று பொருள். 'ஓர்தல்' என்ற தமிழ்ச் சொல்லிலிருந்து வந்திருக்கலாம். ஓர்தல் என்றால் 'ஆராய்ந்து அறிதல்'. திருமழிசை ஆழ்வார் நான்முகன் திருவந்தாதியில் இந்தச் சொல்லைப் பொருத்தமாகப் பயன்படுத்தியுள்ளார். அந்தாதி வடிவில் 96 அற்புதமான நேரிசை வெண்பாக்களைக் கொண்டது. கருத்துச் செறிவும் பக்தியும் மிக்கது. அந்தாதி உண்மையில் ஒரு சொல்மாலை பூக்களைக் கோப்பதுபோலப் பாக்களைக் கோத்து செய்யப்பட்ட வட்டம். ஒரு பாட்டின் முடிவில் அடுத்த பாட்டின் ஆரம்பச் சொல் இருக்கும். கடைசிப் பாட்டின் கடைசிச் சொல், முதற் பாட்டின் முதல் சொல்லாக இருக்கும். நான்முகன் திருவந்தாதியில் முதல் பாசுரம் நான்முகனை நாராயணன் படைத்தான் என்று துவங்கும் 96ஆம் பாடல். 'நன்கு அறிந்தேன் நான்' என்று முடியும். இதில் ஒரு பாடலை இந்த வாரம் பார்க்கலாம்.

தேருங்கால், தேவன் ஒருவனே என்று உரைப்பர்;
ஆரும் அறியார் அவன் பெருமை; - ஓரும்
பொருள் முடிவும் இத்தனயே; எத் தவம் செய்தார்க்கும்
அருள் முடிவது ஆழியான்பால்.

(தேருங்கால் - ஆராயும்போது, ஆழியான் - சக்கரத்தைக் கையில் வைத்திருப்பவன் அல்லது கடலில் துயில்பவன் - திருமால்).

ஆராய்ந்து பார்க்கும்போது தேவன் ஒருவனே என்று சொல்
வார்கள். யாரும் அவன் பெருமையை அறிய முடியாது. எப்படி
ஆராய்ந்தாலும் இந்த முடிவுக்கு வந்தே தீர வேண்டும். என்ன
தவம் செய்தாலும் இறுதியில் அருள் கிடைப்பது திருமாலிடம்
மட்டுமே.

திருமழிசை ஆழ்வார் இவ்வந்தாதியின் கடைசிப் பாடலில்
நாராயணனை 'காரணன் நீ, கற்றவை நீ, கற்பவை நீ' என்கிறார்.
இதுவரை கற்றதும், இனிமேல் கற்கப் போவதும் நாராயணனே
எனக் கருதும் இவருக்கு அருள் முடிவும் அவன்தான் என்பது
தவிர வேறு எந்த முடிவுக்கு வர முடியும்?

24

அந்தணன் யார்?

தமிழில் பல சொற்கள் காலப் போக்கில் பொருள் மாறுகின்றன. ஐயர் என்ற சொல் சங்க காலத்தில் 'தலைவர்' என்ற பொருளில் தான் பயின்று வந்தது. இன்று அது கேலி வார்த்தையாகி விட்டது.

'அந்தணன்' என்ற சொல்லும் அப்படி காலப் போக்கில் பொருள் மாறி வந்துள்ளது. திருக்குறள் 'அறவாழி அந்தணன்' என்று கடவுளைக் குறிக்கிறது. மற்றொரு குறளில் 'அந்தணர் என்போர் அறவோர் மற்றெவ்வுயிர்க்கும் செந்தண்மை பூண்டொழுகலால்' என்று எல்லா உயிர்களின் மேலும் அன்பு செலுத்துபவர்களை அந்தணர் என்றது.

இந்த உயர்ந்த பொருளில்தான் திருமங்கையாழ்வார் தன் திருநெடுந்தாண்டகத்தில் இந்தப் பாடலில் அந்தணனைப் பயன்படுத்தியுள்ளார்.

> இந்திரற்கும் பிரமற்கும் முதல்வன் - தன்னை
> இருநிலம், கால், தீ, நீர், விண், பூதம் ஐந்தாய்,
> செந்திறத்த தமிழ் ஓசை வடசொல் ஆகி,
> திசை நான்குமாய்த் திங்கள் ஞாயிறு ஆகி,
> அந்தரத்தில் தேவர்க்கும் அறியல் ஆகா
> அந்தணனை, அந்தணர் மாட்டு அந்தி வைத்த
> மந்திரத்தை, மந்திரத்தால் மறவாது என்றும்
> வாழுதியேல் வாழலாம், மட நெஞ்சமே!

(கால் - காற்று)

இந்திரனுக்கும் பிரம்மனுக்கும் முற்பட்டவன். நிலம், நீர், நெருப்பு, காற்று, ஆகாயம் என்று ஐம்பூதங்களாய் தமிழ் ஓசை யாய் வட சொல்லாய் நான்கு திசைகளாய் சூரிய சந்திரராய் தேவலோகத்தில் உள்ள தேவர்களாலும் அறிய முடியாத அந்தணன் (சிறந்தவன்) அவனை மந்திரங்கள் சொல்லி மறக்காமல் தினம் வாழ்த்தினால் நீ வாழலாம் என் பேதை நெஞ்சமே!

எண்சீர் விருத்தம் என்னும் விரிவான வடிவம் கொண்ட 30 பாசுரங் கள் கொண்டது திருநெடுந்தாண்டகம். திருமங்கையாழ்வாரின் புலமைக்கும் பக்திக்கும் ஒரே சமயத்தில் ஈடு கொடுக்கும் பாடல்கள் அவை.

25

நூறாயிரம் தவலை

‘தடா’ என்ற சொல் இப்போதெல்லாம் தீவிரவாதத்தை அடக்க ஏற்பட்ட சட்டத்தைக் குறிக்கிறது.

எட்டாம் நூறாண்டில் ஒரு தடா இருந்தது. இப்போதும் தென் மாநிலங்களில் பயன்படும் சொல் இது. தவலை என்ற பொருளியல் பெரிய, வாயகன்ற பாத்திரத்தைக் குறிக்கும். இதில் நூறு தடா எடுத்துக்கொள்வோம். அதை ‘கொலஸ்ட்ரால்’ கவலையின்றி வெண்ணெயால் நிரப்புவோம்! அதை வைத்துக் கொண்டு அக்கார அடிசில் பண்ணச் சொல்வோம். அக்கார அடிசில் என்பது முழுக்க பாலிலேயே சமைத்து வெல்லம் கற்கண்டு எல்லாம் சேர்த்து முழங்கை வரை நெய் சொட்டச் சொட்ட செய்யும் அமுது.

திருமாலுக்கு இது பிடிக்கும். இதை மட்டும் என் இறைவன் ஏற்றுக்கொள்கிறான் என்றால் நூறு என்ன நூறாயிரமே ஏற்பாடு செய்கிறேன் என்கிறாள் அந்தப் பேதைப் பெண்.

எப்படியாவது பெருமாளை ஆசை காட்டி வரவழைக்க வேண்டும் என்ற ஆர்வத்தில் உலகத்தில் செய்யக்கூடியது, செய்ய முடியாதது அத்தனையையும் ஒரு சிறு குழந்தைபோல் சத்தியம் பண்ணிக் கொடுக்கிற அந்தப் பெண் வேறு யார்? ஆண்டாள்தான்.

நாச்சியார் திருமொழியில் இந்தப் பாசுரம் வருகிறது.

> நாறு நறும் பொழில் மாலிருஞ்சோலை நம்பிக்கு, நான்
> நூறு தடாவில் வெண்ணெய் வாய் நேர்ந்து பராவி வைத்தேன்;

நூறு தடா நிறைந்த அக்கார அடிசில் சொன்னேன்;
ஏறு திருவுடையான் இன்று வந்து இவை கொள்ளுங்கொலோ?

(தடா - தவலை, பராவி - நிரப்பி).

வாசனை மிகுந்த பொழில் சூழ்ந்த மாலிருஞ்சோலை நம்பிக்கு நூறு தடாவில் வெண்ணெய் வார்த்து நூறு தடாவில் அக்கார அடிசிலும் சொல்லியிருக்கிறேன். அந்த நாராயணன் இன்று இதையெல்லாம் எடுத்துக்கொள்ள வருவானோ? என்று கேட்கிறாள்.

திருமால் 'ஒன்று நூறாயிரமாக'க் கொடுத்தாலும் அக்கார அடிசிலுக்கு மயங்கிப் பிரத்யட்சமாவாரா? வர மாட்டார். சரி, மாலிருஞ்சோலையில் கொன்றை மரம் இருக்கிறதே அதில் ஒரு பொன்னிறப் பூவாகத் தொங்குகிறேன்.

'கொன்றைகள் மேல் தூங்கு பொன்மாலைகளோடு உடனாய் நின்று தூங்குகின்றேன்' (தூங்குதல் - தொங்குதல்) அப்படி யாவது அவனது சங்க நாதமும் வில்லின் நாண் ஒலியும் கேட்கக் கிடைக்குமா? என்று ஏங்குகிறாள்.

ஆண்டாளின் பகுத்தறிவுக்கு அப்பாற்பட்ட பக்தியும் அன் யோன்யமும் பிடிவாதமும் உலகில் வேறு எந்த மொழி இலக்கி யத்திலும் இல்லை என்று சொல்லலாம்.

26

இறைவனுக்கு நிறம் உண்டா?

இறைவனை ஆண்பாலாகச் சொல்வதையே இப்போதெல்லாம் கேள்வி கேட்கிறார்கள். இறைவன் எப்படி இருப்பான்? வெள்ளையா, சிவப்பா, பச்சையா, கருப்பா என்ன அவன் உருவம்? இதை யார் அறிவார், யாரால் சொல்ல முடியும்? என்று கேட்டு விட்டு பேயாழ்வார் அருமையாக ஒரு பதில் சொல்கிறார்.

இயற்பாவின் மூன்றாம் திருவந்தாதியில் வருகிறது இந்த வெண்பா:

நிறம் வெளிது, செய்து, பசிது, கரிது என்று
இறை உருவம் யாம் அறியோம், எண்ணில் - நிறைவு உடைய
நா - மங்கை தானும் நலம் புகழ வல்லளே
பூ மங்கை கேள்வன் பொலிவு?

(வெளிது - வெள்ளை, பசிது - பச்சை, செய்து - சிவப்பானது, கரிது - கருப்பானது, நாமங்கை - சரஸ்வதி, பூமங்கை - லக்ஷ்மி, கேள்வன் - கணவன், பொலிவு - உருவம், அழகு)

இறைவன் வெளுப்பா சிவப்பா பச்சையா கருப்பா என்று அவன் உருவத்தை என் போன்றவர்களால் சொல்ல முடியாது. எண்ணிப் பார்த்தால் கல்வி அறிவு நிறைந்த சரஸ்வதிதான் லட்சுமி மணாளனின் உருவத்தை வருணிக்க வல்லவள்.

பிரம்மனின் நாக்கில் சரஸ்வதி உறைவதாகச் சொல்வார்கள். அதனால் அவள் நாமங்கை. தாமரைப்பூவில் பிறந்தவள் என்று லக்ஷ்மியைச் சொல்வார்கள். அதனால் அவள் பூ மங்கை. இந்தப்

பாடலில் சரஸ்வதி கல்வியின், அறிவின் தீட்சண்யத்தின் குறியீடு. இறைவனை இத்திறத்தவன் என்று சொல்லுவதற்கே சரஸ்வதியின் அறிவு முதிர்ச்சி வேண்டும். இறைவன் கருப்பா, சிவப்பா என்கிற கேள்விக்கெல்லாம் அவளால்தான் பதில் சொல்ல முடியும் என்கிறார் பேயாழ்வார்.

அவளைக் கேட்டால் இந்தக் கேள்வியெல்லாம் அர்த்தமற்றது என்று சொல்லலாம்.

இறைவன் உருவமுள்ளவனா அற்றவனா என்ற கேள்வியை எல்லா நம்பிக்கைகளும் கேட்டு விடை தர முயல்கின்றன. திருக்குரான் 'In the name of God, the Merciful, the Compassionate. Say (O Muhammad) He is god the One God, the Everlasting Refuge, who has not begotten, nor has bene begotten, and equal to Him is not anyone' என்கிறது.

திருமங்கையாழ்வார் பின்உருவாய் முன்உருவில் பிணிமூப் பில்லாப் பிறப்பிலியாய் இறப்பதற்கே எண்ணாதவன் என்று இறைவனை வர்ணிக்கும்போது ஏறக்குறைய இதே கருத்து வெளிப்படுகிறது. நம்மாழ்வார் ஏக மூர்த்தி இரண்டு மூர்த்தி மூன்று மூர்த்தி பலமூர்த்தி என்பதுடன் உருவங்களுடன் அருவும் ஆகி என்று சூட்சும வடிவத்தையும் விட்டு வைக்கவில்லை.

வடிவமோ வடிவமற்றதோ நம்பினால் சரி!

27

வதரி வணங்குவோம்

பத்ரிகாசிரமத்துக்குப் போவது இப்போதெல்லாம் ரொம்ப சுலபம். உங்கள் ஊரிலிருந்தே பிரயாணத் தரகர்களிடம் சொல்லி வைத்தால் ரயில் டிக்கெட், வசதியுள்ள பஸ், கூடவே சமையற் காரர்கள் வேளா வேளைக்கு காபி, டிபன் சாப்பாட்டுடன் அழைத்துச் சென்று நாராயணனைத் தரிசனம் செய்வித்து அலகாந்தா நதியில் நீராட வைத்து நீத்தாருக்கும் சேர்த்து புண்ணியம் சேகரித்து வர ஏற்பாடு செய்வார்கள். திருமங்கை ஆழ்வார் காலத்தில் பத்ரிகாசிரமம் செல்வது அத்தனை சுலபமா யிருக்கவில்லை. காட்டுப் பாதை, நல்ல ரோடு கிடையாது. மிருகங்களின் மிரட்டல், குளிர். இதனால் சின்ன வயசிலேயே உடம்பில் தெம்பு இருக்கும்போதே சென்று வணங்குவோம் என்று பாடியிருக்கிறார். பெரிய திருமொழியில் முற்ற மூத்துக் கோல் என்ற பத்து பாசுரங்களில் வயசாவதன் அறிகுறிகளை அத்தனை நுட்பமாக விவரித்துள்ளார்.

முற்ற மூத்து, கோல் துணையா,
முன்னடி நோக்கி வளைந்து,
இற்றகால் போல், தள்ளி, மெள்ள
இருந்து அங்கு இளையாமுன்,
பெற்ற தாய் போல் வந்த பேய்ச்சி
பெருமுலை ஊடு, உயிரை
வற்ற வாங்கி உண்ட வாயான்
வதரி வணங்குதுமே

வயசு முற்றிப்போய், கம்பைத் துணையாகக் கொண்டு முன் நோக்கி வளைந்து கால் இற்றுப்போனது போல தள்ளி மெள்ள அங்கங்கே உட்கார்ந்து இளைப்பாறுமுன்னே... பத்ரிகாசிரமம் சென்று வணங்குவோம்! அடுத்த பாட்டில், முதுகைப் பிடித்துக் கொண்டு முன்னால் கோல் ஊன்றி, விதிர் விதிர்த்து (நடுங்கி) கண் சுழன்று மேல் மூச்சு வாங்கி இருமி... இப்படி முதுமையின் கொடுமைகளை அழுத்தமாகச் சொல்வதற்கு முக்கிய காரணம் தாமதிக்காதீர்கள்! இளம்வயதிலேயே போய் தரிசித்துவிடுங்கள் என்பதை உணர வைப்பதே. பயப்படாதீர்கள். இப்போது எந்த வயசிலும் செல்லலாம். நான் ஐம்பது வயசானப்புறம்தான் சென்றேன். டில்லியிலிருந்து எங்களை அழைத்துச் சென்ற டூரிஸ்ட் கார் டிரைவரின் பெயர் நாராயண் சிங்.

28

திவ்யப் பிரபந்தமும் திருக்குறளும்

திவ்யப் பிரபந்தத்தில் சில பாடல்களில் திருக்குறளின் வரிகள் பயன்பட்டிருக்கின்றன. சில அப்படியே, சில வேறு அர்த்தத்தில். இதைப் பற்றி ஆராய்ச்சியே செய்யலாம்.

திருமழிசை ஆழ்வாரின் நான்முகன் திருவந்தாதியில் 23ஆம் பாடல் இது.

வித்தும் இடவேண்டும் கொல்லோ விடை அடர்த்த
பத்தி உழவன் பழம்-புனத்து?-மொய்த்து எழுந்த
கார் மேகம் அன்ன கரு மால் திருமேனி
நீர் வானம் காட்டும், நிகழ்ந்து

(விடை அடர்த்த - எருதுகளைக் கொன்ற, மொய்த்தெழுந்த - திரண்டு வந்த).

இதில் திருக்குறள் 87ஐ வேறுவிதமாகப் பயன்படுத்தியிருக்கிறார். ‘விருந்தோம்பல்’ என்ற அதிகாரத்தில்.

வித்தும் இடல்வேண்டும் கொல்லோ விருந்தோம்பி
மிச்சில் மிசைவான் புலம்

எனும் குறளின் பொருள்.

விருந்தாளிகளுக்குக் கொடுத்து மிச்சத்தை உண்பவன் தன் நிலத்தில் விதை போடக்கூட தேவையில்லை என்று விருந்தினரைப் போற்றுதலை அழுத்தமாகச் சொல்வதற்குப் பயன்படுத்தினார்.

ஆழ்வார் இந்தக் குறளை வேறு பரிமாணத்திற்கு எடுத்துச் சென்றிருக்கிறார். 'பக்தி உழவனான பகவானின் நிலத்தில் நாம் ஒரு விதையும் விதைக்க வேண்டாம். அவனே கவனித்துக் கொள்வான்' என்கிறார். வைணவ மரபின் அடிநாதம் இது. நாம் எதுவுமே செய்ய வேண்டியதில்லை. அவனை நம்பினால் மட்டும் போதும். மிச்சத்தை அவன் பார்த்துக்கொள்வான். இந்தப் பாட்டில் இரண்டாம் பாதியில் மழை திரண்டு வரும் நீல வானம் மேக வண்ணனான திருமாலைக் காட்டுகிறது ஆழ்வாருக்கு.

'வினை விதைத்தவன் வினை அறுப்பான்' என்கிற பழமொழி யின் பயப்படுத்தாத வடிவம் இந்தப் பாடல்.

29

இந்த வலையில் சிக்கலாம்

ஆண்டாள் பாசுரங்கள் ஒவ்வொன்றிலும் அழகான தமிழ்ச் சொற்கள் கிடைக்கும். அதற்காகவாவது அதன் பக்தியைக்கூட புறக்கணித்துவிட்டு ரசிப்பவர்கள் இருக்கிறார்கள். தமிழால் முதலில் தனக்குள் அந்தப் பாடல் உங்களை இழுக்கும். உள்ளே நுழைந்துவிட்டால் போதும். அதனுள் பக்தி என்கிற வலை விரித்துக் காத்திருக்கும். அதன் சுழற்சியிலிருந்து தப்ப முடியாது என்கிறார் கோதை.

பட்டாம் பூச்சி, வண்ணத்துப் பூச்சி என்றெல்லாம் இன்று சொல்லப்படும் ஐந்துவுக்கு ஆண்டாளின் காலத்தில் இந்திர கோபம் என்று பெயர். இது எப்படி என்று யோசிக்க வைக்கிறது. ஒருவேளை இந்திரனின் கோபத்தின் வண்ணமோ? திருமாலிருஞ் சோலையில் ஆண்டாள் பார்த்த பட்டாம் பூச்சிகள் அத்தனையும் சிவப்பு. ஒரே சமயத்தில் சோலை முழுவதும் குப்பென்று எழுந்து பரந்து பறந்து செல்கின்றன. நாச்சியார் திருமொழியின் இந்தப் பாடலைப் பாருங்கள்.

> சிந்தூரச் செம்பொடிப் போல் திருமாலிருஞ்சோலை எங்கும்
> இந்திர கோபங்களே எழுந்தும் பரந்திட்டனவால்,
> மந்தரம் நாட்டி அன்று மதுரக் கொழுஞ்சாறு கொண்ட
> சுந்தரத் தோளுடையான் சுழலையினின்று உய்துங் கொலோ?

(இந்திரகோபம் - பட்டுப்பூச்சி; மந்தரம் - பாற்கடலைக் கடைந்த மந்தர மலை; சுழலை - விரித்த வலை; உய்துகொலோ - தப்பிக்க வும் முடியாமல்).

சிவப்பான பொடி இரைத்ததுபோல திருமாலிருஞ்சோலை எங்கும் பட்டுப் பூச்சிகள் பறந்து விரிந்தன. அன்று மந்தர மலையை மத்தாக வைத்துப் பாற்கடலைக் கரைந்து இனிப்பான அமுதம் எடுத்த அழகான தோள் கொண்டவன் விரித்த வலையி லிருந்து தப்பிக்க முடியுமா? தின வாழ்வில் காதல், பாசம், சம்சாரம், பதவி, மோகம் துவங்கி இண்டர்நெட்வரை எத்தனையோ விரித்த வலைகள் காத்திருக்கின்றன. கடைசியில் திருமாலின் வலையில் வந்து விழுந்தால் சரி.

30

எனதுயிர் உனது

'ஆவி' என்ற சொல் அன்றாட வழக்கில் உள்ளது. நீராவி, ஆவி பிடிக்கிறது, உயிர், மூச்சு போன்ற பிரயோகங்கள்தான் அதிகம். நம்மாழ்வாரின் 'ஆவி' சற்று வேறுபட்டது. அவரது ஆவி ஆத்மா.

ஆத்மா என்பது ஜீவனிலிருந்து வேறுபட்டது. நம் எல்லோரிடமும் இருக்கும் ஒரு சாஸ்வதம், ஒரு கடவுள் அம்சம் ஆத்மா. 'ஆவிசேர் உயிரினுள்ளால' என்று நாம் முன்பு குறிப்பிட்ட பாடலில் ஆவி என்பது ஆத்மா. உயிர் என்பது பரமாத்மா. இரண்டிற்கும் உள்ள தொடர்பு என்ன? இதற்கு திருவாய்மொழியில் பதிலளிக்க முயற்சிக்கிறார்.

என்னது ஆவி மேலையாய்!
ஏர் கொள் ஏழ் உலகமும்,
துன்னி முற்றும் ஆகி நின்ற
சோதி ஞான மூர்த்தியாய்!
உன்னது என்னது ஆவியும்;
என்னது உன்னது ஆவியும்;
இன்ன வண்ணமே நின்றாய்
என்று உரைக்க வல்லேனே?

(துன்னி - நெருங்கி)

என்னுடைய ஆத்மாவைப் பெற்று ஏழு உலகங்களையும் நெருங்கி வியாபித்து முழுவதும் ஒளியாய், ஞான வடிவமாய்

நிற்கிறாய். உன் ஆத்மா என்னுடையதாயும் என் ஆத்மா உன் னுடையது என்று என்னால் சொல்ல முடியுமா?

இவ்வாறு கேட்டுவிட்டு அடுத்த பாட்டில் 'உரைக்க வல்லேன் அல்லேன்'. என்னால் உன் முடிவில்லாத கீர்த்தி வெள்ளத்தின் கரைக்கு என்று செல்வேன்? என்கிறார்.

ஆழ்வார் இறைவனைத் தம் உயிராகக் கருதி, தம்மை இறைவன் வசமாக்கினார். விசிஷ்டாத்வைதக் கருத்துகளில் முக்கியமானது ஒன்று இந்தக் கருத்து. பிரிவின்றி பிரபஞ்சமெங்கும் பரவி யிருக்கும் ஆத்மாவும் நம்முள்ளே இருக்கும் ஆத்மாவும் வேறு வேறல்ல. நம்முள் இருக்கும் ஆத்மா அந்த ஆத்மாவுடன் சேர்ந்துகொள்ளவே விரும்புகிறது. அதுதான் முக்தி நிலை.

யாருமே சாவதில்லை. இரண்டற இறைவனுடன் கலந்து விடுகிறோம்.

31

குப்பாயம்

சில பேருடைய பார்வை அப்படி. ஒரு தடவை பார்த்தால் போதும். நம்மை ஒரு மானசீகக் கயிறு போட்டு இழுத்துவிடும். அந்தப் பார்வைக்கு மயங்கி பார்த்தவர் பின்னால் கட்டுண்டது போல் செல்லத் தூண்டும். கண்ணனின் பார்வை அந்த வகை.

திவ்யப் பிரபந்தத்தில் எந்தப் பாடலை எடுத்துக்கொண்டாலும் அதில் ஒரு புதிய சொல்லைக் கற்றுக்கொள்ளலாம். குப்பாயம் என்றால் சட்டை. திருவரங்கத்தில் மார்கழி மாதம் முத்தங்கி, ரத்னங்கி என்று இரண்டு சேவைகள் உண்டு. முத்தாலே செய்த அங்கியை அணிந்து ஆண்டுக்கு ஒருமுறை கிடைக்கும் அரிய தரிசனம். 'கடல் நிறக் கடவுள் எந்தை அரவணைத் துயிலுமா கண்டு உடல் எனக்கு உருகும்' என்று தொண்டரடிப் பொடி யாழ்வார் இதைப் பார்த்து உருகியிருக்கிறார். ஆண்டாளுக்கு எல்லாமே கண்ணன்தான். கண்ணன் முத்து பதித்த சட்டை அணிந்து ஒரு யானைக் குட்டிபோல வேர்க்க விறுவிறுக்க விளையாடும் காட்சியைப் பார்த்ததாக ஆண்டாள் சொல்கிறாள்.

கார்த்தண் கமலக் கண் என்னும்
நெடுங் கயிறு படுத்தி என்னை
ஈர்த்துக் கொண்டு விளையாடும்
ஈசன் தன்கைன் கண்டீரோ?
போர்த்த முத்தின் குப்பாயப்
புகர்மால் யானைக் கன்றேபோல்
வேர்த்து நின்று விளையாட
விருந்தாவனத்தே கண்டோமே

(கார்த்தண் - மேகம் போல குளிர்ந்த, குப்பாயம் - சட்டை,
புகர்மால் யானை - புள்ளிகளுடைய யானை).

குளிர் மேகம் போன்ற, தாமரை போன்ற கண்கள் என்னும் கயிற்
றால் என்னை இழுத்துக்கொண்ட திருமாலைப் பார்த்தீர்களா?
முத்துச் சட்டை போர்த்தி குட்டி யானைபோல வேர்த்து விளை
யாடுவதை பிருந்தாவனத்தில் நாங்கள் எல்லாம் பார்த்தோமே.

ஆண்டாளது அபாரக் கற்பனைத் திறன் பிருந்தாவனத்தை
நூற்றாண்டுகள் கடந்து கண்ணனின் விளையாட்டும் வேர்வையு
மாக நம் கண் முன்னே நிறுத்த வல்லது.

32

அரக்கு முத்திரையின் மற்றோர் உபயோகம்

ஒரு பாவச் செயலை இனிமேல் செய்யமாட்டேன் என்ற தீர்மானத்தையோ, வைராக்கியத்தையோ வலியுறுத்த நாம் என்னவெல்லாம் செய்கிறோம். கைப்பட எழுதிக் கொடுக்கிறோம். துண்டு போட்டு மிதிக்கிறோம். சூடம் கொளுத்தி அணைக்கிறோம் அல்லது ஸ்டாம்பு பேப்பரில் எழுதி கையெழுத்து போட்டுக் கொடுக்கிறோம். திருச்சந்த விருத்தத்தில் ஆழ்வார் ஒரு படி மேலே செல்கிறார். புலன்களால் (இந்திரியங்களால்) வரும் தொந்தரவு அவரை ரொம்ப இம்சை செய்கிறது. அவற்றுக்கு ஒன்பது வாசல்கள் உள்ளன. இவற்றையெல்லாம் முதலில் அடைத்துவிட வேண்டும் என்கிறார். அதுவும் எப்படி? அரக்கு முத்திரை 'இலச்சினை' செய்து இந்த வாசல்களை அடைத்துவிட்டால்தான் பகவானை அடையும் நல்ல வழிகளைத் திறக்க முடியும். அப்போதுதான் சுடர் போல ஞானம் பிறக்கும். சாப்பாட்டைக் குறைத்து உடலை எலும்பு தெரியும்படியாகக் குறைத்து உள்ளே பக்குவப்பட்டு நெஞ்சம் உருகி அன்பினால் மட்டும்தான் சக்கரபாணியான திருமாலைப் பார்க்க முடியும்' என்கிறார். பாடலைப் பார்ப்போம்.

புன்புல வழிஅடைத்து அரக்கு (இ)லச்சினை செய்து
நன்புல வழிதிறந்து ஞானநற் சுடர்கொளீஇ
என்பில் எள்கி நெஞ்சு (உ)ருகிஉள்கனிந்தெழுந்ததோர்
அன்பில் அன்றி ஆழியானை யாவர்காண வல்லரே?

(புன்புல - அற்பமான இன்பங்களின் வழி, நன்புல - நல்ல வழி, எள்கி - குறைந்து, ஆழி - சக்கரம்).

தை மாதம் மக நட்சத்திரத்தில் திருமழிசையில் பிறந்த ஆழ்வாரைப்
பற்றி பல கதைகள் உள்ளன. மற்ற சமயங்களை ஆராய்ந்துவிட்டு
வைணவத்துக்கு வந்தவர் என்பது இவரது பாடல்களிலேயே
தெரிகிறது. 'குலங்களாய ஈரிரண்டில் ஒன்றிலும் பிறந்திலேன்'
என்று அவரே சொல்லிக் கொள்கிறார். சிவவாக்கியரும் இவரும்
ஒருவரே என்று சொல்பவரும் உண்டு.

திருமழிசையில் உள்ள சந்நிதியில் ஆழ்வாரின் கால் கட்டை
விரலில் ஒரு கண் இருக்கும். இதைப் பற்றி பல சுவாரசியமான
கதைகள் உண்டு. சொன்னால் சைவர்கள் கோபித்துக் கொள்
வார்கள். 'பேணிலும் வரந்தர மிடுக்கிலாத' தேவர்களால் 'பிறப்
பென்னும் பிணக்கை அறுக்க முடியாது' என்கிறார்.

33

உங்கள் ஆதிசேஷன் யார்?

மல்ட்டி பர்ப்பஸ் என்ற வார்த்தைக்கு 'பல்பயன்' அல்லது 'பல்திறன்' என்று தமிழில் சொல்லலாம். மகாவிஷ்ணுவுக்கு அனந்தாழ்வான் என்று சொல்லப்படும் ஆதிசேஷன் ஒரு மல்ட்டி பர்ப்பஸ் தொண்டர். இராமாயணத்தில் லக்ஷ்மணன் 'ராமனுக்கு நான் எல்லாம் செய்வேன்' என்று சொன்னது மட்டுமின்றி புது மனைவியைப் பிரிந்து, கூடவே காட்டுக்கு வந்து காவல் காத்து, சீதையிடம் திட்டு வாங்கி, காடெல்லாம் அலைந்து தேடி, சண்டை போட்டு, அசுரனின் அம்பில் ஏறக்குறைய இறந்து... லக்ஷ்மணனின் சேவையை நாம் எளிதில் மறக்க முடியாது.

லக்ஷ்மணனை ஆதிசேஷனின் அம்சம் என்றுகூடச் சொல்லு வார்கள். இந்தச் சினேகிதப் பாம்பு திருமாலுக்கு என்னவெல் லாம் செய்கிறது. அவர் நடந்து செல்லும்போது குடையாகிறது, உட்காரும்போது சிம்மாசனமாகிறது, சும்மா நின்றால் கால் செருப்பாகிறது. அவர் பாற்கடலில் துயில் கொள்ளும்போது சொகுசாக மிதக்கும் தெப்பமாகிறது. இரவில் அதன் கண்கள் ரத்தினம்போல் ஒளிர்ந்து வெளிச்சம் காட்டுகின்றன. அதனை பட்டாடை போல போர்த்திக் கொள்ளவும் அனுமதிக்கிறது. தலையணையாகவும் கட்டிக் கொள்ளலாம்.

> சென்றால் குடையாம் இருந்தால்சிங் காசனமாம்
> நின்றால் மரவடியாம் நீள்கடலுள் - என்றும்
> புணையாம் மணிவிளக்காம் பூம்பட்டாம் புல்கும்
> அணையாம் திருமாற்(கு) அரவு

(புணை - தெப்பம், புல்கும் - அணைத்துக் கொள்ளும்)

பொய்கையாழ்வாரின் முதல் திருவந்தாதியில் உள்ளது இந்த வெண்பா. இதைத் தொடர்ந்து பிற்காலத்தில் 'கணிகண்ணன் போகின்றான்' என்று துவங்கும் இரண்டு தனிப் பாடல்கள். ஆழ்வார் ஆணைப்படி பெருமாள் படுத்திருந்தவர் எழுந்து வந்து விட்டார் என்றெல்லாம் சுவாரஸ்யமான கதைகள் உள்ளன.

உலகின் பெரிய மனிதர்கள் ஒவ்வொருவருக்கும் இம்மாதிரி ஓசைப்படாமல் எல்லாக் கைங்கர்யங்களும் செய்பவர்கள் இருப் பார்கள் - அவர்களைப் பெரும்பாலும் மறந்து விடுகிறோம். பொதுவாக ஆதிசேஷன் என்று அவர்களை அழைக்கலாமா?

34

ஏழாம் நூற்றாண்டின் சப்தங்கள்

காலையில் என்னை எழுப்புவது முதல் காகங்கள், ஒற்றைக் குயில், சிங்கப்பூரிலிருந்து வந்து தாழ்வாகப் பறந்து மீனம்பாக்கத்தில் தரையிறங்கும் விமான சப்தம், ஸ்டேட் பாங்க் காலனியில் கறிகாய் விற்பவரின் சப்தம், பிள்ளைகளைப் பள்ளிக்கு அழைக்க அவசரப்படுத்தும் வேனின் ஹாரன் ஒலி, தரையடித் தண்ணீரை உறிஞ்ச மோட்டார் போட்ட சப்தம். இதெல்லாம் 2007இன் அதிகாலை சப்தங்கள்.

தொண்டரடிப் பொடி ஆழ்வார் காலத்தில் திருவரங்கத்தில் அதிகாலை சப்தங்கள் வேறு. காலை வேளையில் ஆழ்வாருக்கு முதல் வேலை உறங்கிக்கொண்டிருக்கும் அரங்கனை எழுப்புவது.

கதிரவன் குணதிசைச் சிகரம் வந்து அணைந்தான்;
கன இருள் அகன்றது காலை அம் பொழுதாய்;
மது விரிந்து ஒழுகின மா மலர் எல்லாம்;
வானவர் அரசர்கள் வந்து வந்து ஈண்டி,
எதிர்திசை நிறைந்தனர்; இவரொடும் புகுந்த
இருங் களிற்று ஈட்டமும் பிடியொடு முரசும்
அதிர்தலில் அலைகடல் போன்றுளது எங்கும்;
அரங்கத்தம்மா! பள்ளி எழுந்தருளாயே.

(அணைந்தான் - அடைந்தான்; ஈண்டி - திரண்டு: ஈட்டம் - கூட்டம்).

அதிகாலை, சூரியன் கிழக்கே சிகரத்தை அணுகிவிட்டான். இருள் நீங்கியது. பூக்கள் எல்லாம் தேன் சொரிந்தன. தேவ லோகத்து மன்னர்கள் ஒவ்வொருவராக நெருங்கி வந்து நிற்கி றார்கள். இவர்களோடு புகுந்த யானைக் கூட்டமும் அதிரும் முரசங்களும் அலைகடல்போல ஒலிக்கின்றன. 'அரங்கநாதனே படுக்கையிலிருந்து எழுந்து எங்களுக்கு அருள்வாய்'. இது ஏழாம் நூற்றாண்டில். இன்றைய தின நாராசங்களில் அரங்கன் உறங்க மாட்டார் என்றுதான் தோன்றுகிறது.

35

எங்கே போனாள்?

இந்தக் காலத்து இளம் பெண்கள் நேரத்தில் வீட்டுக்கு வர வில்லை என்றால் தாய்மார்கள் என்னவெல்லாம் கவலைப் படுவார்கள். பஸ் கிடைக்கவில்லையோ, பர்ஸைத் தொலைத்து விட்டாளோ! அல்லது எதிர் வீட்டுப் பையன் ஒருத்தன் இங்கேயே பார்த்துக்கொண்டிருப்பானே, அவன் புதிதாக ஸ்கூட்டர் வாங்கியிருக்கிறான், அழைத்துச் சென்று விட்டானோ. இவள் வீட்டுக்கு வருவதற்குள் எத்தனை மன உளைச்சல்... இந்தக் காலத்து அன்னையரின் கவலைகள் இவை. கண்ணன் வாழ்ந்த அந்தக் காலத்தில் மதுராபுரியில் அன்னையரின் கவலைகள் வேறு விதமானவை. பெரியாழ்வாரைக் கேட்டால் சொல்வார்.

ஒரு தாய் தன் மகளைத் தேடுகிறாள். இந்தப் பெண் எங்கே போய்த் தொலைந்தாள். வீடே வெறிச்சென்றிருக்கிறதே. எல்லாக் கதவுகளையும் திறந்து போட்டுவிட்டு எங்கே போனாளோ? யார் பின்னே சென்றாளோ! அப்படி தன்னை அறியாமல் பின்னே செல்லும்படி இவளைக் கவர யாரால் முடியும்? மல்லர்களோடு ஒரு குழந்தை சண்டை போட்டு ஜெயித்ததாக மதுராபுரியில் பேசிக்கொள்கிறார்களே. அந்தக் குழந்தையைத் தேடி அங்கேதான் போயிருக்க வேண்டும்.

நல்லது ஓர் தாமரைப் பொய்கை
நாண் மலர் மேல் பனி சோர,
அல்லியும் தாதும் உதிர்ந்திட்டு,
அழகழிந்தால் ஒத்ததாலோ!

இல்லம் வெறியோடிற்றாலோ!
என் மகளை எங்கும் காணேன்;
மல்லரை அட்டவன் பின் போய்
மதுரைப் பறம் புக்காள் கொல்லோ?

(தாது - உள்ளிதழ், மொட்டு, அட்டவன் - வென்றவன்).

தாமரைப் பொய்கையில் மலர்களின் மேல் பனி படர்ந்து அல்லி மலரும் மொட்டுக்களும் உதிர்ந்து அழகிழந்ததுபோல வீடு வெறிச்சோடிப் போயிற்று. என் மகளை எங்கும் காணவில்லை. மல்லர்களை ஜெயித்தவன் பின்தொடர்ந்து மதுரைக்குப் போய் விட்டாளோ!

பெரியாழ்வார் தன் மகள் ஆண்டாளை நினைத்துக்கூட இந்தப் பாடலைப் பாடியிருக்கலாம்.

36

எப்படியும் தொழலாம்

திருமாலை எதுவரை தொழ வேண்டும், எப்படித் தொழ வேண்டும் என்கிற இரண்டு கேள்விகளுக்கும் ஒரே வெண்பா வில் விடை தருகிறார் பொய்கை ஆழ்வார்.

முதல் திருவந்தாதியில் 70ஆம் பாடலில்...

எதுவரை தொழ வேண்டும் உடம்பு விழும்வரை! எப்படித் தொழ வேண்டும் மலர் மாலையால் தொழலாம், யாகம் செய்யலாம், மந்திரங்களைச் சொல்லலாம். ஏன் தந்திரங்கள்கூடச் செய்து தொழலாம். அவன் பெயரைச் சொன்னால் மட்டும் போதும். உங்களுக்கு நல்லது நிகழும்.

சொல்லும் தனையும் தொழுமின் விழும்உடம்பு
செல்லுந்தனையும் திருமாலை-நல் இதழ்த்
தாமத்தால் வேள்வியால் தந்திரத்தால் மந்திரத்தால்
நாமத்தால் ஏத்துதிரேல் நன்று

(சொல்லும் தனையும் - சொல்ல முடிந்தவரை, செல்லுந்தனை யும் - இறக்கும்வரை, தாமம் - மாலை, வேள்வி - யாகம், ஏத்துதிரேல் - வாழ்த்தினால்).

திருமங்கை ஆழ்வார், 'வயசாவதற்குள் ஒரு நடை பத்ரிகாசிரமம் போய் வணங்கி வந்துவிடுங்கள்' என்றார். இவர் 'அப்படிச் செல்ல முடியாவிட்டாலும் முடிந்ததைச் செய்யுங்கள்' என்கிறார்.

முதியவர் ஒருவரை அடிக்கடி நான் மெரீனா கடற்கரையில் நடக்கும்போது சந்திப்பேன். அவருடன் அதிகம் பேச முடியாது. காது கொஞ்சம் மந்தம். 'எப்படி இருக்கிறீர்கள்?' என்று விசாரிப்பார். 'மூன்று நாளாக ஜுரம் இன்றுதான் தேவலை' என்றால் 'அப்படியா ரொம்ப சந்தோஷம்' என்பார். ஏழைகளுக்கு ரொட்டி தருவார், டீ வாங்கித் தருவார், ஒரு சில பிச்சைக்காரர் களுக்கு சில்லறை தருவார். மற்ற சமயங்களில் நாராயண, நாராயண என்று திரும்பத் திரும்பச் சொல்லிக் கொண்டே இருப்பார். அவர் பேயாழ்வாரின் இந்தப் பாசுரத்தைத்தான் கடைப்பிடிக்கிறார். ஆனால், அதைப் படித்திருப்பார் என்று தோன்றவில்லை; சிந்திக்காரர்.

37

மிகக் கடினம்

'கோணை' என்ற ஒரு சொல்லுக்குப் பொருள் என்ன என்று சமீபத்தில் பார்க்க வேண்டியிருந்தது. கோணை என்றால் crookedness, வளைவு. கோணைக் கத்தி, கோணைக் கழுத்தன், கோணைப் பேச்சு, கோணை வாயன்... போன்ற பிரயோகங் களில் இந்தச் சொல் பயன்படுகிறது. திவ்யப் பிரபந்த காலத்தில் அதற்கு மிறுக்கு, பிரயாஸம், அனுபத்தி போன்ற அர்த்தங்கள் இருந்தது. ஸம்ஸாரிகளின் கோணைப் போக்கி என்று ஒரு வியாக்கியானம் உள்ளது. Difficulty-கஷ்டம் என்ற அர்த்தத்தில் நம்மாழ்வார் திருவாய்மொழியில் திருமாலை வர்ணிக்க முயலும் போது இந்தச் சொல்லைப் பயன்படுத்துகிறார்.

ஆணல்லன் பெண்ணல்லன் அல்லா அலியுமல்லன்
காணலும் ஆகான் உளனல்லன் இல்லையல்லன்
பேணுங்காற் பேணும் உருவாகும் அல்லனுமாம்
கோணை பெரிதுடைத்து எம் பெம்மானைக் கூறுதலே

(அல்லா - பயனல்லாத, பேணுங்கால் - விரும்பும்போது).

உலகத்தில் நாம் பார்க்கிற ஆண்களைப்போல் அல்லன், அவன். பெண்களைப் போலவோ உதவாத அலியோ அல்லன் அவன். அவனைக் கண்ணால் பார்க்க முடியாது. இருப்பவனில்லை; இல்லையும் இல்லை. வேண்டும்போது வேண்டும் உருவில் தோன்றுவான்; தோன்ற மாட்டான்.

என் பெருமானைக் கூறுவது ரொம்ப கஷ்டமாக இருக்கிறது.

உலகின் சிறந்த கவிஞர்களில் ஒருவரும் பிரபந்தத்தில் திருவாய் மொழி மூலம் வேதத்தின் சாரத்தைக் கொண்டுவந்த நம்மாழ் வாரே திருமாலை இன்னவன் என்று கூறுவதற்கு எவ்வளவு கஷ்டப்படுகிறார். எப்படிச் சொல்வது என்று தெரியவில்லை 'கூவும் ஆறு அறிய மாட்டேன்' என்கிறார் பாருங்கள்.

நம்மால் முடியுமா? வார்த்தைகளால் அவனைச் சிறை பிடிக்க முடியாது.

38

எட்டாம் நூற்றாண்டில் சர்ஜரி

நம் பழைய நூல்களில் மருத்துவக் குறிப்புகள் பல இருப்பதாகச் சொல்கிறார்கள். இரண்டாம் நூற்றாண்டில் சுஸ்ருதர் எழுதிய நூல்களில் முதல் பிளாஸ்டிக் சர்ஜரி போன்ற அறுவை சிகிச்சை கள் பற்றிய குறிப்புகள் உள்ளனவாம். தமிழிலக்கியத்தில் எனக்குத் தெரிந்தவரை முதல் அறுவை சிகிச்சை பற்றிக் குறிப் பிட்டவர் குலசேகர ஆழ்வார்.

இவர் எட்டாம் நூற்றாண்டைச் சேர்ந்த சேர மன்னர். இன்றைய கொல்லம் நகரம் அன்று கொல்லி என்று அழைக்கப்பட்டது. அதைத் தலைநகராகக் கொண்டு ஆண்ட சேர மன்னர் திடவிரதனின் மகன் குலசேகரர். பட்டத்திற்கு வந்து மெல்ல மெல்ல அரசியல் நாட்டம் குறைந்து திருமாலின்பால் ஈர்க்கப் பட்டார் குலசேகரர். அதற்குச் சாட்சியாக இருப்பது இவரது 'பெருமாள் திருமொழியின்' 105 பாடல்களே.

இவற்றில் ஒன்றில்தான் இந்த சர்ஜரிக் குறிப்பு உள்ளது.

வாளால் அறுத்துச் சுடினும் மருத்துவன்பால்
மாளாத காதல் நோயாளன் போல், மாயத்தால்
மீளாத் துயர் தரினும் வித்துவக்கோட்டு அம்மா! நீ,
ஆளா உனது அருளே பார்ப்பன் அடியேனே.

(மாயத்தால் - விளையாட்டாக, ஆளா - அடிமை செய்வதற்கு).

ஒரு மருத்துவன் கத்தியால் அறுத்து வடு போட்டாலும் அவன் அதை நோயாளியின் உயிரைக் காப்பாற்றும் நோக்கத்தில்

செய்வதால் மருத்துவன் மேல் நீங்காத அன்பு ஏற்படுகிறது. அது போல் விளையாட்டுப்போல் நீ எனக்கு விடாது துன்பம் தந்தாலும் உனக்கு அடிமை செய்ய உன் அருளையே எதிர் பார்த்துக் காத்திருப்பேன் என்று வித்துவக்கோட்டில் உள்ள பெருமானிடம் சொல்லுகிறார்.

வித்துவக்கோடு கேரளத்தில் பட்டாம்பியிலிருந்து ஒரு மைல் தூரத்தில் இருக்கும் உய்ய வந்த பெருமாள் கோயில் என்று சொல்கிறார்கள். இதை இன்று தேடிச் சென்று கண்டுபிடிக்க முடிந்தால் குலசேகரன் என்ற மன்னனையும் இந்த அருமையான பாடலையும் நினைத்துக்கொள்ளலாம்.

வாளால் அறுத்து வடு போட்டு! அனஸ்தீஸியா வரும்வரை ஜனங்கள் பெருமாளை நினைத்துக்கொண்டுதான் வலியைத் தாங்கிக்கொண்டிருந்திருக்கிறார்கள்!

39

தவறுகள்

செய்த பாவங்களை உணர்ந்து உண்மையாக மன்னிப்புக் கேட்டால் திருமால் நம்மை வந்து ஆட்கொள்வார் என்பது வைணவ நம்பிக்கைகளில் முக்கியமானதொன்று. இதன் நவீன விபரீத விளைவுதான் திருப்பதி போன்ற கோயில்களுக்கு லட்ச லட்சமாக பணமும் தங்கமும் தினம் தினம் வந்து கொட்டுவது. பாவங்கள் செய்துவிட்டு ஒரு நடை திருப்பதிக்குச் சென்றுவிட்டு உண்டியலில் கணிசமான தொகை போட்டுவிட்டு பாவங்களை செய்வதைத் தொடரலாம் என்று பலர் எண்ணுவது.

திருமங்கை ஆழ்வார் 'தாயே தந்தை என்றும்' எனத் துவங்கும் பத்து திருவேங்கடம் சார்ந்த பாசுரங்களில் உண்மையாகவே தன் வாழ்வில் செய்த பாவங்களைப் பட்டியலிட்டு அவற்றுக்கு வருத்தப்பட்டு என்றைக்கு இதை உணர்ந்தேனோ அன்றைக்கே உன்னை வந்தடைந்து விட்டேன். என்னை ஆட்கொள்வாய் என்று உருக்கமாக வேண்டுகிறார்.

திருமங்கை ஆழ்வார் திருநகரிக்குப் பக்கத்தில் சோழ மன்னனுக்குப் படைத் தலைவனாக இருந்த கள்ளர் மரபில் பிறந்தார். தினம் அடியார்களுக்கு சோறு போட்டு எல்லாம் இழந்து பெருமாளிடமே வழிப்பறி செய்ய முயன்று ஞானோதயம் பெற்றவர் என்றெல்லாம் கதைகள் உள்ளன.

இந்தப் பத்து பாசுரங்களிலும் திருமங்கை ஆழ்வார் தன் வாழ்வில் செய்த தவறுகளை வெளிப்படையாக ஒப்புக்கொள்கிறார். உதாரணமாக,

கொன்றேன் பல் உயிரைக் குறிக்கோள் ஒன்று இலாமையினால்
என்றேனும் இரந்தார்க்கு இனிது ஆக உரைத்து அறியேன் --
குன்று ஏய் மேகம் அதிர் குளிர் மா மலை வேங்கடவா! --
அன்றே வந்து அடைந்தேன்; அடியேனை ஆட்கொண்டருளே.

(இரந்தார்க்கு - பிச்சை கேட்பவர்களுக்கு)

எந்தவிதக் காரணமும் இல்லாமல் பல உயிர்களைக் கொன்றேன்.
என்றைக்காவது பிச்சை கேட்டு வந்தவர்களுக்கு ஓர் இனிய
வார்த்தை உண்டா. அதுவும் இல்லை. குன்றில் மேகம் அதிரும்
குளிர்ந்த திருமலை வேங்கடவனே! என் தவறை உணர்ந்த
உடனே வந்துவிட்டேன். அடியேனை ஆட்கொள்வாய்.

அன்றாட வாழ்க்கையிலும் நம் தப்பை உணர்ந்து ஒப்புக் கொண்
டால் மன்னிப்பு கிடைக்கும் சாத்தியங்கள் அதிகம். உத்தமர்கள்
சிலருக்கு திருவேங்கடவனைப்போல தாராள மனசிருக்கலாம்;
மன்னித்து விடுவார்கள். முயற்சி செய்து பாருங்கள். குறைந்த
பட்சம் உங்கள் குற்றங்களைப் பட்டியலிடுங்கள்.

தாய், தந்தை, மனைவி, மக்கள் என்றே அலைந்தேன். மான்கண்
பெண்களிடம் மயங்கினேன். பல உயிர்களைக் கொன்றேன்.
தர்மம் செய்யவில்லை. திருமங்கையாழ்வாரின் பாவங்கள்
ஏறத்தாழ இன்று பெரும்பாலானோர் செய்யும் பாவங்களே.

40

திறம்பாமல்

வழக்கொழிந்து போன பல அழகான சொற்களை மறுபடி நோக்கி ஒரு லேசான பெருமூச்சு விடுவதற்கான வாய்ப்புகள் ஆழ்வார் பாசுரங்கள் பலவற்றில் உள்ளன.

'திறம்புதல்' என்ற சொல்லைக் கொஞ்சம் கவனிக்கலாம். இதற்கு தப்புதல் என்பது பொருள். இதன் எதிர்ப்பதம் திறம்பாமை. திறம்பாத கடல் என்றால் அலை அடித்து சலிக்காத கடல். திறம்பாத உலகம் - சலியாதிருக்கிற உலகம், திறம்பாது - நான் சொல்வதை என்றால் தப்பாமல், தவறாமல்... இப்படித் தீர்மானிக்கப்பட்ட நெறியிலிருந்து தவறாமையைக் குறிக்கும் வார்த்தை இது. நம்மாழ்வார் திருவாய்மொழியில் இதனை அத்தனை வேறுபட்ட பொருள்களிலும் ஒரே பாசுரத்தில் பயன் படுத்தியுள்ளார்.

திறம்பாமல், மண் காக்கின்றேன் யானே என்னும்;
திறம்பாமல், மலை எடுத்தேனே என்னும்;
திறம்பாமல், அசுரரைக் கொன்றேனே என்னும்;
திறம் காட்டி, அன்று ஐவரைக் காத்தேனே என்னும்
திறம்பாமல், கடல் கடைந்தேனே என்னும்;
திறம்பாத கடல்வண்ணன் ஏறக்கொலோ
திறம்பாத உலகத்தீர்க்கு என் சொல்லுகேன் --
திறம்பாது என் திரு மகள் எய்தினவே?

ஒரு தாய் தன் மகள் மேல் கண்ணன் வந்து என்ன என்னவோ பிதற்றுகிறாளே என்று கவலைப்படுவதாக பத்துப் பாடல்களின்

வடிவில் ஆழ்வார், பகவத் கீதையின் 18ஆம் அத்தியாயக் கருத்துகள் அத்தனையையும் அழகாகச் சொல்லிவிடுகிறார்.

‘இந்தப் பெண் நான்தான் பூமியைத் தவறாமல் காக்கிறேன் என்கிறாள். நான்தான் மலையைத் தூக்கினேன் என்கிறாள். அசுரனைக் கொன்றேன் என்கிறாள். என் திறமையைக் காட்டி அன்று பாண்டவர்களைக் காப்பாற்றினேன் என்கிறாள். பாற்கடலைக் கடைந்ததும் நான்தான் என்கிறாள். அலை ஓயாத (திறம்பாத) கடல் வண்ணனான திருமால் வந்து புகுந்ததால் இது நிகழ்ந்ததா! தவறு செய்யாத (திறம்பாத) உலகத்தவர்களுக்கு என்ன சொல்வேன். என் மகளுக்குத் தப்பாது (திறம்பாது) இது வந்துவிட்டதே.

ஏழு முறை இந்தச் சொல்லைப் பயன்படுத்தியுள்ளார் ஆழ்வார், ஏழு முறையும் திறம்பாமல்.

41

என்ன பாட்டு இது?

ஆண்டாளின் நாச்சியார் திருமொழியில் இருக்கும் அந்தரங்க மும் பகவானுடன் சொந்தம் கொண்டாடுவதும் பிரபந்தத்தின் வேறு எந்தப் பகுதியிலும் கிடைக்காது.

குயில்கள் இனிமையாகத்தான் பாடுகின்றன. அதைக் கேட்டு ஆண்டாள் ரசிப்பதில்லை. என்ன பாட்டு இது? எதற்காகப் பாட்டு? திருவேங்கடத்து இறைவன் எனக்கு ஒரு வாழ்வு தந்தால் பாடுங்கள். உங்கள் பாட்டை நான் கேட்பதற்கு அவர் வந்து என்னைச் சேர வேண்டும். அப்போது உங்கள் பாட்டுகளைக் கேட்கிறேன்.

> பாடும் குயில்காள்! ஈது என்ன பாடல்? நல் வேங்கட
> நாடர் நமக்கு ஒரு வாழ்வு தந்தால் வந்து பாடுமின்;
> ஆடும் கருளக் கொடி உடையார் வந்து அருள்செய்து
> கூடுவராயிடில் கூவி நும் பாட்டுகள் கேட்டுமே

(கருளக்கொடி உடையார் - கருடனைக் கொடியாகக் கொண்ட திருமால்).

ஆண்டாளின் பக்தியின் தீவிரம் அப்படிப்பட்டது. திருமால் வந்து சேரவில்லை என்றால் இயற்கையின் இனிய சப்தங்கள்கூட ரசிப்பதில்லை. காதலர்களையும் புதுசாக கல்யாணம் செய்து கொண்டவர்களையும் கேட்டுப் பாருங்கள். காதலன் வரும்வரை எதுவுமே சிறக்காது, எதுவுமே இனிக்காது. வந்துவிட்டால் பஞ்சு மிட்டாய்க்காரன் மணிகூட இனிமையாக இருக்கும் என்கி

றார்கள். ஆண்டாளின் காதல் அப்படி. பூக்கள், தோகை விரிக்கும் மயில்கள், மழை, கடல் அனைத்துமே கோவிந்தன் வந்தால்தான் இனிக்கின்றன. ஆண்டாளின் நாச்சியார் திருமொழியில் இருக்கும் அந்தரங்கமும் பகவானுடன் சொந்தம் கொண்டாடு வதும் பிரபந்தத்தின் வேறு எந்தப் பகுதியிலும் கிடைக்காது.

42

மகாலட்சுமிக்கும் கோபம் வரும்

ஆழ்வார்கள் மிக அரிதாகத்தான் அரசர்களைப் புகழ்வார்கள். அரசர்களுக்கு அரசனாக திருமால் இருக்கும்போது சின்னச் சின்ன மன்னர்களைப் பாடுவது அவர்களுக்கு உவப்பில்லை.

விதிவிலக்காக திருமங்கை ஆழ்வார் தன் பெரிய திருமொழியில் ஒரு சோழ மன்னனின் வெற்றியைப் பாடியிருக்கிறார். விண்ணி என்னும் இடத்தில் நடந்த கடும் போரைக் குறிப்பிட்டு அதில் சோழ ராஜா வெற்றி கண்ட திருநறையூரை அடைவீர்கள் என்று குறிப்பிடும்போது அரிதாக ஒரு சரித்திரக் குறிப்பு கிடைக்கிறது. இந்த அரசன் யார் என்று அன்பர்கள் ஆராயலாம்.

இந்தப் பாடலின் முதல் பகுதியில் மகா விஷ்ணுவின் உலகளாவிய வடிவை மிக அழகாக ஆழ்வார் சொல்லும்போது அவர் கற்பனையின் விஸ்தாரம் நமக்குப் பிரமிப்பளிக்கிறது.

பவ்வநீர் உடைஆடை யாகச் சுற்றிப்
பார்அகலம் திருவடியா பவனம் மெய்யா
செவ்விமா திரம்எட்டும் தோளா அண்டம்
திருமுடியா நின்றான்பால் செல்ல கிற்பீர்
கவ்வைமா களிறு(உ)ந்தி விண்ணி ஏற்றக்
கழல்மன்னர் மணிமுடிமேல் காகம்ஏற
தெய்வவாள் வலங்கொண்ட சோழன் சேர்ந்த
திருநறையூர் மணிமாடம் சேர்மின்களே.

(பவ்வம் - கடல், பவனம் - காற்று, மாதிரம் - திசை, கவ்வை - ஆரவாரம்).

கடலை ஆடையாகச் சுற்றி பூமியின் அகலத்திற்கு திருவடிகளும் காற்றை மேனியாகவும் எட்டு திசைகளும் தோளாகவும் அண்ட சராசரம் முழுதும் தலையாகவும் நிற்கின்ற திருமாலினிடத்தில் செல்ல விரும்புபவர்களே! விண்ணி என்ற இடத்தில் ஆரவார யானைகள் தலையை இடற பகைவரைக் கொன்று மன்னரின் கிரீடங்களின் மேல் காகங்கள் உட்கார வாள் வீசிய சோழ ராஜாவின் திருநறையூருக்குச் சென்று தரிசியுங்கள்.

இந்தத் திருநறையூருக்கு மற்றொரு கதை உண்டு. மகாலட்சுமி ஒருமுறை கோபித்துக்கொண்டு பாற்கடலிலிருந்து புறப்பட்டு இந்த ஊருக்கு வந்து மேதாவி என்கிற மகரிஷியிடத்தில் தங்கிவிட பெருமாள் அவரைத் தேடிக்கொண்டு வந்தாராம்.

மகாலட்சுமிக்கும் பிரச்னைகள், கோபம் வந்திருக்கிறது.

43

அழகான திருமாலை...

தொண்டரடிப்பொடி ஆழ்வாரின் இயற்பெயர் விப்ர நாரா யணன். இவரது திருமாலை 45 பாடல்களைக் கொண்டு அழகாகக் கட்டப்பட்ட மாலை போன்றது. வைணவத்திற்கு சாதி வேறு பாடுகள் கிடையாது என்கிற கருத்தை ஆழ்வார் பாடல்களில் அடிக்கடி பார்க்கலாம். தொண்டரடிப் பொடியாழ்வார் அந்தணர். திருவரங்கத்துப் பெருமாளுக்கு அழகான திருப்பள்ளி எழுச்சி பாடினவர்.

பாவியேன் உன்னையல்லால்
பாவியேன்!

உன்னைத் தவிர இந்தப் பாவி வேறு யாரையும் நினைக்க மாட்டேன் என்று பாடும்போது ஆழ்வாருக்கு சந்தேகங்கள் சில வருகின்றன... சில தீர்கின்றன.

நான்கு வேதங்களையும் கற்றுத் தேர்ந்த அந்தணர்களை சதுர்வேதிகள் என்பார்கள். அதைத் தூய தமிழ்ப்படுத்தும்போது சதுர்பேதிமார்கள் என்று அழைப்பார்கள். அவர்களை அழைத்து, 'இதோ பாரும் குலத்தில் தாழ்ந்தவர்களாக இருந்தாலும் எம் அடியார்கள் என்றால் அவர்களை நீங்கள் வணங்கலாம், கொடுக்கலாம், கொள்ளலாம் என்று சொல்லிவிட்டாயா, அரங்கனே!' என்று வியக்கிறார்.

பழு(து) இலா ஒழுகல் ஆற்றுப் பலசதுப் பேதிமார்கள்
இழிகுலத் தவர்களேலும் எம்மடி யார்கள் ஆகில்

தொழுமின்நீர் கொடுமின் கொண்மின் என்றுநின் னோடும் ஒக்க
வழிபட அருளி னாய்போல் மதில்திரு அரங்கத் தானே

எந்தச் சாதியாக இருந்தாலும் எம் அடியார்கள் என்றால் அவர்கள் எனக்கு ஒன்றே. அவர்களை நீங்கள் தொழலாம், அவர்களுக்குக் கொடுக்கலாம், அவர்களிடமிருந்து பெறலாம்.

ஆயிரம் ஆண்டுகளுக்கு முன் எழுதப்பட்ட இந்தப் பாடல் சாதி வேறுபாடுகளைத் தகர்க்கிறது. மறைபொருளாக 'திருப்பாணாழ்வாரை உமது தோளில் ஏற்றிக்கொண்டு இங்கு வாரும்' என்று லோகசாரங்க முனிவராகிய அந்தணரை அரங்கநாதன் கட்டளை இட்டது குறிக்கப்படுகிறது என்றும் சொல்கிறார்கள்.

44

உலப்பில் கீர்த்தியுள்ள புரைப்பு இலாத பரம்பான்

உலப்பு என்றால் முடிவு. புரைப்பு என்றால் உவமை, ஒப்பு.

இவ்விரண்டு சொற்களையும் நம்மாழ்வார் திருவாய்மொழியில் நளினமாகப் பயன்படுத்துகிறார்.

உரைக்க வல்லேன் அல்லேன்; உன்
உலப்பு இல் கீர்த்தி வெள்ளத்தின்
கரைக்கண் என்று செல்வன், நான்?
காதல் மையல் ஏறினேன்:
புரைப்பு இலாத பரம்பரனே!
பொய் இலாத பரஞ்சுடரே!
இரைத்து நல்ல மேன்மக்கள்
ஏத்த, யானும் ஏத்தினேன்.

என்னால் சொல்ல முடியவில்லை. உன் முடிவில்லாத கீர்த்தி வெள்ளத்தின் எல்லையை என்னால் அடைய முடியும்? உன் மேல் காதல் மயக்கமுற்றேன். ஒப்பில்லாத தெய்வமே! பொய் இல்லாத தெய்வச் சுடரே! தேவர்கள் உன்னைப் புகழ நானும் புகழ்ந்தேன்.

'ஏத்துதல்' என்ற சொல் தோத்திரம் செய்தல் என்ற பொருளில் ஆழ்வார் பலவிதங்களில் பயன்படுத்துகிறார். 'யானும் ஏத்தி ஏழ் உலகும் முற்றும் ஏத்தி பின்னையும் தானும் ஏத்திலும் தன்னை ஏத்த ஏத்த எங்கு எய்தும்...'

உன்னை நானும் புகழ்ந்து உலகம் முழுவதும் புகழ்ந்து அதற்கு மேலும் புகழ்ந்தாலும் உன்னை சுற்றத்தை எப்படி எய்த முடியும்?

எத்தனை வார்த்தைகளில் எத்தனை பேர் புகழ்ந்தாலும் இந்த உலகமே புகழ்ந்தாலும் அவனுடைய புகழ் கொஞ்சம் மிஞ்சி யிருக்கும். உலகின் புகழ் வார்த்தைகள் அத்தனையுமே போதாது.

கடவுளை மனிதனால் முற்றும் புகழ முடிந்தால் அது கடவுள் அல்ல.

45

பேய் பிடித்திருக்கிறதா?

எந்த ஒரு விஷயத்திலும் பைத்தியமாக இருப்பவனைக் குறிக்க பேயன் என்ற சொல் பழகி வந்தது. பேய் பிடித்தவர்கள்தான் நடு ராத்திரியில் எழுந்து குளிப்பார்கள், சரசரவென்று எழுது வார்கள்... பௌர்ணமியில் கடற்கரைக்குச் சென்று உரக்கப் பாடுவார்கள்... இப்படி மற்றொரு அசாதாரண சக்தி ஒருவனை ஆட்கொண்டால் அவனைப் பேயன் என்று சொல்லலாம். இப்போதுகூட இந்த வார்த்தை 'ஃபார்முக்கு வந்துட்டா சேவாக் பேயா அடிப்பான்' போன்ற பிரயோகங்களில் அன்றாடம் வருகிறது. குலசேகர ஆழ்வார் தன் பெருமாள் திருமொழியில் பேயர்களைப் பற்றிப் பேசுகிறார்.

பேயரே எனக்கு யாவரும் யானும்ஓர்
பேயனே எவர்க்கும் இது பேசிஎன்
ஆயனே! அரங்கா! என்றழைக் கின்றேன்
பேயனாய் ஒழிந்தேன் எம்பிரா னுக்கே

உலகப் பற்று உடையவர்கள் எல்லாம் எனக்கு பேயர் போலத் தோன்றுகிறார்கள். நானும் அவர்களுக்கு ஒரு பேயன் போலத் தோன்றுவேன். இதைப் பற்றிப் பேசிப் பயனில்லை. 'ரங்கா' என்று அழைக்கிறேன். என் பெருமாளுக்கு நான் பித்தனாகி விட்டேன்.

மிகுந்த பக்தியும் ஒரு பித்துப் பிடித்த நிலைதான். Trance என்று சொல்வார்கள். ஒரு கட்டத்தில் தன்னையும் தன் சூழ்நிலையை யும் மறக்கச் செய்யும்.

நம் வாழ்வில் எப்போதாவது இந்த நிலை ஏற்படலாம். ஒரு கணம் நம்மைச் சுற்றியுள்ளவை அனைத்தையும் மறந்துபோய் பகவானுடன் ஐக்கியமடையச் செய்யும். ஒரு கணம்தான். மறுகணம் பையைத் தொட்டுப் பார்த்துக்கொண்டு பஸ் பிடிக்க ஓடுவோம்.

46

எதுவும் வேண்டாம்

'இந்திரலோகம் ஆளும் அச்சுவை பெறினும் வேண்டேன் அரங்க மாநகருளானே' என்ற தொண்டரடிப் பொடியாழ்வாரின் 'பச்சை மாமலை போல் மேனி' என்று துவங்கும் பாடல் பிரசித்தமானது. இந்திர பதவி கிடைத்தாலும் வேண்டாம். திருமாலைத் தொழுதால் போதும் என்ற கருத்து பிற ஆழ்வார் பாடல்களிலும் அவ்வப்போது வெளிப்படுகின்றது. உதாரண மாக பூதத்தாழ்வார் இரண்டாம் திருவந்தாதியில் பாடியிருக்கும் இந்த வெண்பா.

மண் உலகம் ஆளேனே; வானவர்க்கும் வானவனாய்,
விண்ணுலகம் தன் அகத்து மேவேனே -- நண்ணித்
திருமாலை செங்கண் நெடியானை, எங்கள்
பெருமானை, கை தொழுத பின்.

(மேவேனே - நெருங்க மாட்டேன், நண்ணி - கிட்டி)

இந்தப் பூமி முழுவதையும் ஆளக் கொடுத்தாலும் ஆள மாட் டேன். தேவர்களுக்குத் தேவனாய் சொர்க்கத்திற்குச் செல்லும் சந்தர்ப்பம் கிடைத்தாலும் போக மாட்டேன். எங்கள் பெருமாளை வணங்கிய பின் இவையெல்லாம் எனக்குத் தேவையில்லை.

பூதத்தாழ்வார் என்ற பெயர் எப்படி ஏற்பட்டது? முதலாழ்வார் கள் பொய்கையாழ்வார், பூதத்தாழ்வார், பேயாழ்வார் மூவரும் அடைமொழியால் குறிக்கப்பட்டுள்ளனர். பூதம் என்றால் உயிர்

என்று ஓர் அர்த்தம் உண்டு. பூத உடல் என்ற பதப் பிரயோகம் கேள்விப்பட்டிருப்பீர்கள். தன் உயிர் திருமாலுக்கே என்று சொன்னதால் இவருக்குப் பூதத்தாழ்வார் என்ற பெயர் ஏற்பட்டது என்று ஒரு கதை சொல்வார்கள். அந்தக் கூற்றை நிரூபிக்கும் வகையில் உள்ளது இந்தப் பாசுரம். சிவந்த கண்கள் கொண்ட உயரமான திருமாலை நெருங்கித் தொழுதபின் வேறு எது கிடைத்தாலும் வேண்டாம் என்கிறார். இன்று நம்மில் பெரும் பாலானோர் இறைவனைத் தொழுவதே மண்ணுலகம் ஆள் வதற்கும் பெரிய பதவிகள் கிடைப்பதற்கும்தான். பூதத்தாழ்வார் போன்ற அப்பாவித் துறவிகள்தாம் இதெல்லாம் வேண்டாம், தரிசனம் மட்டும் போதும் என்பார்கள்.

47

கழகண்டு செய்யும் பிரான்

பெரியாழ்வார் பாசுரங்களில் உள்ள அருகாமை, அன்யோன்யம் மற்ற ஆழ்வார்களைவிட அதிகம். திருமாலை கண்ணன் ரூபத்தில் குழந்தையாகப் பார்த்து தன்னைத் தாயாக்கிக்கொண்டு அக்குழந்தையைப் பல விதங்களில் கொஞ்சும் பாடல்களில் தமிழ் கொஞ்சும். இந்தப் பாட்டில் கண்ணன் செய்யும் விஷமங் களை விவரிக்கிறார்.

எண்ணெய்க் குடத்தை உருட்டி
இளம் பிள்ளை கிள்ளி எழுப்பி
கண்ணைப் புரட்டி விழித்துக்
கழகண்டு செய்யும் பிரானே!
உண்ணக் கனிகள் தருவன்
ஒலிகடல் ஓதநீர் போலே
வண்ணம் அழுகிய நம்பீ!
மஞ்சனம் ஆட நீ வாராய்.

(கழகண்டு என்றால் விஷமம், தீம்பு. ஓதல் என்றால் அலை).

எண்ணெய்க் குடத்தை உருட்டி, தூங்கும் குழந்தைகளைக் கிள்ளி எழுப்பி கண்ணை ஒரு மாதிரி புரட்டி விழித்து பயமுறுத்தி விஷ மங்கள் செய்யும் பிரானே! உனக்குப் பழங்கள் தருவேன். கடல் நிறத்தவனே! உன்னைக் குளிப்பாட்ட வேண்டும். வர மாட்டாயா?

கண்ணனை நீராட அழைக்கும் இப்பாடல்கள் பெரியாழ்வாரின் பிள்ளைத் தமிழின் ஒரு பகுதியாகும். பிள்ளைத் தமிழுக்கு இலக்கணமாக அமைந்தவை. இன்று உலகில் நிகழும் பல விஷ யங்கள் பகவானின் 'கழகண்டு' போலத்தான் தோன்றுகிறது.

48

கீதை படியுங்கள்

துவாரகையில் இடையர் குலத்தில் பிறந்த மாயக்காரன் கண்ணன். அவன் நமக்கு வெகு தூரத்தில் இருப்பவனா எனில், ஆம். கிட்டத்தில் இருப்பவனா, ஆம். மிகப் பெரியவனா, ஆம். சிறுவனா ஆம்! அவன் அன்று யுத்தத்தின் நடுவில் ஓதிய கீதையை கற்காதவர்கள் உலகத்தில் ஞானமற்ற அந்நியர்கள்.

நான்முகன் திருவந்தாதியில் திருமழிசை ஆழ்வாரின் இந்த வெண்பாவில் மூன்று அழகிய தமிழ் வார்த்தைகளைத் தெரிந்து கொள்ளலாம். சேயன் - என்றால் தூரத்தில் இருப்பவன், அணியன் - கிட்டத்தில் இருப்பவன், ஏதிலர் என்றால் அந்நியர்கள்.

'ஏதிலார் குற்றம்போல் தம் குற்றம் காண்கிற்பின்' என்று வள்ளுவர் சொல்லும் 'மற்றவர்கள்'. இம்மூன்று சொற்களில் அணியன் என்ற சொல் தற்போது வழக்கில் மலையாளத்திலும் இருக்கிறது, கையாள் என்கிற அர்த்தத்தில்.

பகவான் நம் கையாளாக இருந்தால் எதைப் பற்றியும் கவலைப்பட வேண்டியதில்லை.

இப்போது பாடலைப் பார்ப்போம்.

> சேயன், அணியன், சிறியன், மிகப்பெரியன்,
> ஆயன், துவரைக்கோனாய் நின்ற மாயன் -- அன்று
> ஓதிய வாக்(கு) அதனைக் கல்லார், உலகத்தில்
> ஏதிலர் ஆம், மெய்ஞ் ஞானம் இல்.

(துவரை என்று துவாரகையை தமிழ்ப்படுத்தியிருக்கிறார் ஆழ்வார். அவர் வாக்கு என்று சொல்லுவது பகவத் கீதையை. அதைக் கற்காத வர்கள் உலகத்தில் எதற்கும் தகுதியில்லாதவர்கள்).

49

கடவுளுக்கு உருவம் உண்டா?

கடவுளைப் பார்க்க முடியுமா? எப்போது நம் கண்கள் அவரைக் காணும்? இன்று நம்மால் அவரைப் பார்க்க முடியவில்லையே? என்று அவர் நமக்குத் தெரிவார்? இந்தக் கேள்வியை நம்மாழ் வாரிடம் கேட்டால் அவர் எப்படி விடையளிப்பார்? இப்படி:

அன்றே, நம் கண் காணும் ஆழியான் கார் உருவம்,
இன்றே, நாம் காணாது இருப்பதுவும் -- என்றேனும்,
கட்கண்ணால் காணாத அவ் வுருவை, நெஞ்சு என்னும்
உட்கண்ணால் காணும் உணர்ந்து.

கட்கண் என்றால் புறக்கண்.

சக்கரக் கையனின் மேகக் கருப்பான உருவத்தை அன்றைக்கு நம் கண் பார்க்கும். என்றைக்கு? இன்று நம்மால் பார்க்க முடியாமல் இருப்பதும், என்றும் புறக் கண்ணால் பார்க்க முடியாத அந்த உருவத்தை உணர்வுப்பூர்வமாக உனக்கு உள்ளே இருக்கும் அகக் கண்ணால் பார்க்க முடியும்.

ஆலயத்துக்குச் சென்று பகவானை வழிபடும்போது சற்று நேரம் கண்ணை மூடிக்கொள்கிறோமே அது இதற்குத்தான் என்று தோன்றுகிறது. புறக் கண்ணால் விக்கிரகமாகவோ சிலையாகவோ பார்த்த வடிவமல்ல அந்த வடிவம். உணர்வுபூர்வமாக உள்ளத்துள் தெரியும் ஓர் உருவம். 'உள்ளத்தில் உள்ளான் என்று ஓர்' (நினைத்துக் கொள்) என்று மற்றொரு பாசுரத்தில் சொல்லியிருக்கிறார்.

அதுதான் அவன் உண்மையான உருவம். இவ்வாறு உள்ளத்தில் உணர முடிகிறவர்களுக்கு நாளடைவில் உருவ வழிபாடு தேவை யற்றுப் போகும். பாட்டை மறுபடி பாருங்கள்.

50

என்ன செய்யப் போகிறாய்?

அழகான பெண்களைப் பெற்ற தாய்மார்களின் இன்றைய கவலைகள் என்ன என்ன? அவர்களில் பக்தியுள்ள தாய்மார்கள் பகவானிடத்தில் எப்படி வேண்டிக்கொள்வார்கள்? இவளுக்கு என்னதான் வைத்திருக்கிறாய், நல்ல புத்தியைக் கொடு. இப்படியெல்லாம் மனதில் வேண்டிக் கொள்வது சகஜமே. தாய்மார்களின் கவலைகள் நூற்றாண்டுகள் கடந்தாலும் மாறாது என்பதற்கு உதாரணங்கள் பல பிரபந்தத்தில் உள்ளன.

சென்னையிலிருந்து மாமல்லபுரம் செல்லும் சாலையில் கோவளம் அருகில் எட்டாம் நூற்றாண்டுக் கோயில் உள்ளது. அதன் பெயர் திருவிடவெந்தை. சுருக்கமாக இன்று திருவிடந்தை என்று சொல்கிறார்கள். மார்பில் லட்சுமிக்கு இடம் தந்த தந்தை போன்ற திருமாலின் உறைவிடம் என்று பொருள். அதில் லட்சுமி வராகப் பெருமாளும் அகிலவல்லி நாச்சியாரும் எழுந்தருளியுள்ளனர்.

திருமங்கையாழ்வார் இந்தக் கோயிலுக்கு வந்திருக்கிறார். பெரிய திருமொழி இரண்டாம் பத்து ஏழாம் திருமொழியில் பத்து அற்புதமான பாடல்கள் திருவிடவெந்தையைப் பற்றிப் பாடியிருக்கிறார். என் மகளுக்கு என்னதான் நீ தீர்மானித்திருக்கிறாய் என்று பகவானைப் பார்த்து ஒரு தாய் கேட்பதாகப் பாடல்கள் அமைந்துள்ளன. ஓர் உதாரணம் பாருங்கள்.

> திவளும் வெண் மதிபோல் திருமுகத்து அரிவை
> செழும் கடல் அமுதினில் பிறந்த
> அவளும் நின் ஆகத்து இருப்பதும் அறிந்தும்,
> ஆகிலும் ஆசை விடாளால்;

குவளை அம் கண்ணி, கொல்லி அம் பாவை --
சொல்லு; நின் தாள் நயந்திருந்த
இவளை, உன் மனத்தால் என் நினைந்து இருந்தாய்?
இடவெந்தை எந்தை பிரானே!

(அரிவை - பெண், ஆகம் - உடம்பு, நயந்து - விரும்பி)

சந்திரன் போல முகத்தை உடைய இந்தப் பெண் அமுதத்தில் பிறந்த மகாலட்சுமி உன் உடம்பில் இருப்பதை அறிந்தும் உன் மேல் ஆசையை விடவில்லை. குவளை மலர்க் கண்ணும் கொல்லிப் பாவைபோல உடலமைப்புமாக நிற்கிறாள். சொல்லு! உன்னை விரும்பும் இவளை என்ன செய்யப் போகிறாய் திருவிடவெந்தைப் பிரானே!

என்ன செய்வது ஓர் என்.ஆர்.ஐ. மாப்பிள்ளை பார்த்து அமெரிக்கா வுக்கு அனுப்பி விடட்டுமா என்று அவர் கேட்கலாம்!

51

திருமாலின் அகைப்பு

அகைப்பு என்ற ஒரு சொல்லை இந்த வாரம் கவனிப்போம்.

தமிழில் நாம் இழந்த பல நூறு அழகான சொற்களில் இதுவும் ஒன்று. அகைப்பு என்றால் செயல், சிருஷ்டி, பிரயத்தனம்.

திருமாலின் சிருஷ்டி அல்லது பிரயத்தனத்தால் ஏற்படுகிறவை எவை?

திருமழிசை ஆழ்வார் 'நான்முகன் திருவந்தாதியில் ஒரு முழுப் பட்டியலே தருகிறார் - வானம், பரவும் தீ, காற்று, பெரிய கடல், உயர்ந்த மலை, வெப்பமான சூரியன், குளிர்ந்த சந்திரன் உயரத்தில் ஓடும் மேகங்கள், சுற்றிலுமுள்ள எட்டுத் திசைகள், இவற்றுடன் அண்டமும் திருமாலின் சிருஷ்டி என்கிறார் எதையும் விட்டு வைக்காமல்.

> வான், உலவு தீ வளி, மா கடல், மா பொருப்பு,
> தான் உலவு வெம் கதிரும் தண் மதியும் -- மேல் நிலவு
> கொண்டல் பெயரும், திசை எட்டும், சூழ்ச்சியும்,
> அண்டம் திருமால் அகைப்பு

(வளி - காற்று, பொருப்பு - மலை, கொண்டல் - மேகம், பெயரும் - அசையும், சூழ்ச்சி - சுற்று, அகைப்பு - செயல், சிருஷ்டி).

இந்த ஒரு சிறிய வெண்பாவில் நம் தமிழில் வழக்கொழிந்து விட்ட சொற்களான வளி, பொருப்பு, கொண்டல், அகைப்பு போன்றவற்றை எண்ணி ஒரு சொட்டுக் கண்ணீர் விடுவோம். 'சூழ்ச்சி' அர்த்தம் மாறிப் பிழைத்துக் கொண்டுவிட்டது.

52

பரவச நிலை

பிரபந்தத்தின் மிகச் சிறந்த பாசுரம் எது என்று என்னைப் பலர் கேட்பார்கள். ஒவ்வோர் ஆழ்வாருக்கும் ஒரு சிறப்பு உண்டு. பெரியாழ்வார் பிள்ளைத் தமிழ் செய்தார்; ஆண்டாள் காதலித் தார்; தொண்டரடிப் பொடி பக்தியில் உருகிப் போனார்; குலசேகரர் இராமரை சிலாகித்தார்; திருப்பாணாழ்வார் 'அமலன் ஆதி பிரானை'க் கண்ட கண்கள் மற்றொன்றைக் காணாது என்றார்; திருமழிசை துடிப்பான சந்தத்தில் தத்துவங்கள் சொன்னார். முதல் மூன்று ஆழ்வார்களும் அன்பையும் வையத்தையும் திரியாக வைத்து விளக்கேற்றி பகவானின் பொன்மேனியைக் கண்டனர். திருமங்கை ஆழ்வார் தமிழ்ப் புலமையால் பிரமிக்க வைத்தார். இப்படி ஒவ்வொருவரும் தமக்கே உரிய தனிச் சிறப்புகள் கொண்டிருந்தாலும் நம்மாழ் வாரின் திருவாய்மொழியை இதற்கெல்லாம் மகுடம் போல, சிகரம் போலச் சொல்லலாம். திருவாய்மொழியிலேயே மிகச் சிறந்த பாசுரத்தை நம்மாழ்வார் அதன் கடைசியில் வைத்திருக் கிறார்.

சூழ்ந்து, அகன்று, ஆழ்ந்து, உயர்ந்த முடிவில் பெரும் பாழேயோ!

சூழ்ந்து, அதனில் பெரிய பர நல் மலர்ச் சோதீயோ

சூழ்ந்து, அதனில் பெரிய சுடர் ஞான இன்பமேயோ!

சூழ்ந்து, அதனில் பெரிய என் அவா அறச் சூழ்ந்தாயே!

முடிவிலாத இறைவனை வார்த்தைகளில் நமக்கெல்லாம் விவரிக்க பற்பல ஜாலங்கள் செய்கிறார் ஆழ்வார். சுற்றிலும் பரவி

அகலம், ஆழம், உயரம், முடிவற்ற தன்மைகொண்ட பெரும் பாழோ! நீ அதைவிடப் பெரிய ஜோதியா? அதனினும் பெரிய சுடர் ஞான இன்பமா? அதை விடவும் பெரிசான என் ஆசை யெல்லாம் தணியும்படி என்னை ஆக்கிரமித்துக் கொண்டாயே!

பரவச நிலை என்பதை இதை மிஞ்சும்படி யாரால் சொல்ல முடியும்?

53

மாலிருஞ்சோலை மலைப்பழம்

நம்மாழ்வாரின் திருவாய்மொழியை நான்கு வேதங்களில் ஒன்றான சாம வேதத்தின் சாரம் என்று கருதுவது வைணவ மரபு. பொதுவாக நம்மாழ்வாரின் பாசுரங்களைத் திராவிட வேதம் என்றே சொல்வார்கள். சாம வேதத்தில் உள்ள கருத்துகள்தான் திருவாய்மொழியில் தோன்றுகின்றன என்று சொல்ல இயல வில்லை. தமிழின் மிகச் சிறந்த பக்தி இலக்கியங்களில் முதன்மை யானது திருவாய்மொழி. இதை இயற்றிய நம்மாழ்வாரின் தமிழ்ப் புலமையும் எளிமையும் நம்மை வியக்கச் செய்யும்; சில உவமைகள் பிரமிப்பூட்டும். 'திரு' என்ற சொல்லுக்குப் பல பொருள்கள் உண்டு. வடமொழியில் 'ஶ்ரீ' என்பதுபோல் தமிழில் தேவர்கள், அடியார்கள், ஞான நூல்கள், மந்திரங்கள், புண்ணியத் தலங்கள் முதலிய தனித்தன்மையும மேன்மையும் உடைய பொருள்களுக்கு முன் மகிமையைக் காட்டப் பயன்படும் சொல்லாகும். திருமால், திருவல்லிக்கேணி, திருவடி, திரு வரங்கம் இவற்றில் எல்லாம் பொதுப் பண்பான மேன்மையைக் காட்டுவது 'திரு'.

மதுரைக்கு அருகே உள்ள அழகர் மலையை திருமாலிருஞ் சோலை என்பார்கள். அந்தக் கோயிலைப் பற்றிய நம்மாழ்வார் பாசுரங்களில் இது முக்கியமானது.

> 'கிளர் ஒளி இளமை கெடுவதன் முன்னம்
> வளர் ஒளி மாயோன் மருவிய கோயில்
> வளர் இம் பொழில்சூழ் மாலிருஞ்சோலை
> தளர்வு இலர் ஆகில சார்வது சதிரே'

கிளர் ஒளி என்றால் பளபளவென்று ஒரு கணம் ஜொலிக்கும் யௌவனம். அது தீர்ந்து போவதன் முன் மாயோன் எனப்படும் மகாவிஷ்ணுவின் கோயிலான, பொழில் சூழ்ந்த மாலிருஞ் சோலையை அணுகுவது (சார்வது) சாதுர்யமானது (சதிர்) என்கிறார். இளமை சாஸ்வதமல்ல. நம்மிடம் இளமையும் வலிமையும் மலையேறும் தெம்பும் இருக்கும்போதே பெரு மாளைப்போய்த் தரிசித்துவிட்டு வருவது சாமர்த்தியமானது. அப்புறம் உங்களால் செல்ல முடியாமல் போகலாம் என்கிறார்.

நான் முதலில் திருமாலிருஞ்சோலைக்குச் சென்றது இளமையில் தான். ஆழ்வார் காலத்தில்போல் கஷ்டப்பட்டு மலையேற வில்லை. மோட்டார் காரில் சென்றோம்.

ஒரே ஒரு சங்கடம். கோயிலை அணுகுமுன் குரங்குகள் எங்களைத் தைரியமாக அணுகி, கையில் வைத்திருந்த வாழைப் பழத்தைப் பிடுங்க எங்களைத் துரத்தின. நாங்கள் விடவில்லை; ஓடினோம். வாழைப்பழத்தை மறைத்துக்கொண்டோம். பேசாமல் துறந்திருக் கலாம். ஆழ்வார், ‘வீடுமின் முற்றவும்; வீடு செய்த, உம் உயிர் வீடுடையானிடை; வீடு செய்ம்மினே’ என்றார். முற்றிலும் விட்டுவிடுங்கள். அப்படிச் செய்து சொர்க்கத்துக்குச் சொந்தக்கார னிடத்தில் சரணடையுங்கள் என்று பாடியிருக்கிறார். நாங்கள் வாழைப்பழத்தைக்கூட விடாமல் ஒளித்து வைத்துக்கொண்டு ஓடினோம்.

54

தேடி எடுத்த உவமைகள்

'கதிர் பொறுக்குகை' என்ற ஒரு சொல் வழக்கு உண்டு. இதை மணவாள மாமுனிகள் பயன்படுத்தியுள்ளார். திருமாலுக்கு உவமையாக மேகத்தைச் சொல்ல நினைத்து, அது போதாமல் மேலும் மேலும் உவமைகளை அடுக்கிக்கொண்டே செல்லும் செயலுக்கு, 'கதிர் பொறுக்குதல்' என்று சொல்வதுண்டு.

பெரியாழ்வாரின் இந்த அழகான பாசுரம் இதற்கு ஓர் உதாரணம்:

'குன்று ஆடு கொழு முகில்போல்
குவளைகள் போல் குரை கடல் போல்
நின்று ஆடு கணமயில் போல் நிறம்
உடைய நெடுமால் ஊர்;
குன்று ஊடு பொழில் நுழைந்து
கொடியிடையார் முலை அணவி
மன்று ஊடு தென்றல் உலாம் மதில்
அரங்கம் என்பதுவே.'

மலைமேல் உள்ள மேகம்போல, குவளை மலர் போல, ஒலிக்கும் (குரை) கடல் போல, நின்று ஆடுகின்ற அழகான மயில் போன்ற திருமாலின் ஊர் எது? சோலைகளில் நுழைந்து, கொடி போன்ற இடையுள்ள பெண்களின் மார்பைத் தொட்டு (அணவி), மன்றத்தில் ஊடாடும் தென்றல் உலவும் மதில்கள் சூழ்ந்த திருவரங்கம் என்பது.

பெரியாழ்வாரின் எட்டாம் திருமொழியில் இந்த அழகான பாசுரம் வருகிறது. ஒரு தேர்ந்த கவிஞருக்கு உவமைக்குப் பஞ்சமே இருக்காது. ஓர் உவமையாடு நிறுத்த மாட்டார். மாலின் கரிய நீல நிறத்தை எங்கெல்லாம் பார்க்க முடியுமோ, அங்கெல் லாம் சட்டென்று அவர் மனம் செல்கிறது. மேகம், குவளை மலர், கடல், மயில் இப்படிக் கதிர் பொறுக்குகை என்பது கதிர்களைத் தேடி எடுத்தல். உவமைகளைத் தேடி எடுத்து நமக்கு அளிக் கிறார்.

55

யாரும் அறியார்

திருமழிசை ஆழ்வார் முதலாழ்வார்களுக்குச் சமகாலத்தவர். திருமழிசை என்பது தொண்டைநாட்டில் உள்ளது. திருமழிசை ஆழ்வார் ஜைனம், பௌத்தம், சைவம் எல்லா சமயங்களையும் பார்த்தவர். பல காலம் திருவல்லிக்கேணியில் வாழ்ந்தவர். அவர் பாடிய நான்முகன் திருவந்தாதியில் அறியார் சமணர், அயர்த்தார் பவுத்தர் என்று பிற சமயங்களை நிராகரித்திருக்கிறார். தன்னைப் பொறுத்தவரை அவர் இறுதியில் நாராயணனிடம் நேராகப் பேசுகிறார்.

> ‘இன்றாக நாளையே ஆக இனிச் சிறிது
> நின்றாக நின் அருள் என் பாலதே - நன்றாக
> நான் உன்னையன்றி இலேன் கண்டேன்; நாரணனே!
> நீ என்னை அன்றி இலை.’

இன்றோ நாளையோ, சிறிது காலம் பொறுத்தோ உன்னுடைய அருள் எனக்குக் கிடைக்கத்தான் போகிறது. காரணம், உன்னை விட்டால் நான் இல்லை; என்னை விட்டாலும் நீ இல்லை, நாரணனே!

இந்தக் கடைசி வரி நம்மை மிகவும் சிந்திக்க வைக்கிறது.

பக்தன் இல்லையேல் பகவான் இல்லை என்பது கருத்து. இருவரும் ஒருவர்பால் ஒருவர் சார்ந்தவர்... complimentary.

> ‘தேருங்கால் தேவன் ஒருவனே என்றுரைப்பர்
> ஆரும் அறியார் அவன் பெருமை’ என்கிறார்.

யோசித்தால் இறுதியில் எல்லாம் அவனிடத்தில் முடிவடையும் என்கிறார்.

இன்று சில கோயில்களில் கூட்டம் அம்முவதும் சில கோயில்களில் ஈயடிப்பதும் ஏன் என்று நீங்கள் யோசித்திருக்கலாம். அதற்குப் பதிலை திருமழிசை ஆழ்வார் அப்போதே சொல்லி விட்டார்.

'நீ என்னை அன்றி இல்லை.'

56

மோட்சத்துக்கு மார்க்கம்

நாக்கு எங்கே இருக்கிறது? வாயில்... அதை வைத்துக்கொண்டு ஓயாமல் பேசிக்கொண்டிருக்கிறோம். ஓயாமல் பேச வேண்டும் என்றால் 'நமோ நாராயணா!' என்று பேசுங்களேன்! அப்படிச் செய்தால் திரும்பி வராமல் மோட்சத்துக்குச் செல்லலாமே. அதை விட்டு ஏன் ஒருத்தர் தீய வழியில் செல்ல வேண்டும்?

இந்தக் கேள்வியை பொய்கையாழ்வார் தம் முதல் திருவந்தாதியில் கேட்டிருக்கிறார்.

நா வாயில் உண்டே நமோ நாரணா என்று.
ஓவாது உரைக்கும் உரை உண்டே - மூவாத
மாக் கதிக் கண் செல்லும் வகை உண்டே; என் - ஒருவர்
தீக் கதிக் கண் செல்லும் திறம்?

(ஓவாது - ஓயாமல், மூவாத - மீண்டும் பிறக்காத, மாக்கதி - மோட்சம், தீக்கதி - தீய வழி, திறம் - வகை)

அன்றாட வாழ்க்கையில் வாயை வைத்துக்கொண்டு சும்மா இருக்காமல் எதையாவது பேசிவிட்டு சிக்கல்களில் மாட்டிக் கொள்கிறோம். அப்போதெல்லாம் 'நமோ நாராயணா' என்று சொல்லிப் பாருங்கள். மோட்சத்துக்கு வழி தெரியும் என்கிறார். மாட்டோமே!

57

இவனா சிறுவன்!

கண்ணனைச் சிறு குழந்தையாக்கி அவனது தளர் நடையை ரசித்தவர் பெரியாழ்வார். இவரது பாசுரங்களைப் படிக்கும்போது நிஜமாகவே தித்திப்பை உணர்வோம். அந்த அளவுக்கு சொற் களின் எளிமையையும் அழகையும் விதவிதமான சப்தங்களையும் பயன்படுத்துவார். ஓர் உதாரணம் பார்க்கலாம்.

'கண்ணற்குடம் திறந்தால் ஒத்து ஊறிக்
கணகண சிரித்து உவந்து
முன்வந்து நின்று முத்தம் தரும் என்
முகில்வண்ணன் திருமார்வன்
தன்னைப் பெற்றேற்குத் தன் வாய் அமுதம்
தந்து என்னைத் தளிர்ப்பிக்கின்றான்;
தன்னெற்று மாற்றலர் தலைகள் மீதே
தளர்நடை நடவானோ!'

குடம் நிறைய கரும்புச் சாறு திறந்து கொட்டினதுபோல் கணகணவென்று சிரித்து மகிழ்ந்து முன்னால் வந்து முத்தம் தரும் மேக வர்ணக் கண்ணன், தன் பெற்றோருக்குத் தன் வாயின் அமுதம் தந்து பூரிப்படையச் செய்கின்றான். தன் சத்துருக்கள் தலை மீது அனாயாசமாக நடந்து செல்லவும் கூடியவன் அவன். குழந்தை என்றாலும் எதிரிகளிடமிருந்து நம்மைக் காக்கவும் செய்வான் கண்ணன் என்பதைப் பெரியாழ்வார் அடிக்கடி சொல்கிறார்.

'சிறியன் என்று என் இளஞ்
சிங்கத்தை இகழேல் கண்டாய்,

சிறுமையின் வார்த்தையை
மாவலியிடைச் சென்று கேள்'

சின்னப் பையன் என்று பரிகாசம் செய்யாதே. மகாபலியிடம் போய்க் கேள். இவன் நிஜமகவே சிறுவனா என்று!

58

போகாத ஊரில்லை

திருமங்கை ஆழ்வார் வைணவத் திருப்பதிகள் அனைத்துக்கும் சென்று பாடியவர். வடக்கே நைமிசாரண்யம் வரை அவர் சென்றிருக்கிறார். பத்ரிகாசிரமத்துக்குப் போயிருக்கிறார். பிரயாணம் என்பது இருப்புப் பாதைகள் இல்லாத அந்தக் காலத்தில் மிகவும் கஷ்டமான காரியம்.

அதனால், அந்தந்தத் தலங்களுக்கு வந்து சேர்ந்ததே பெரிய காரியம் என்பதுபோல ஆழ்வார் பாடியிருப்பதில் ஆச்சரிய மில்லை. இந்த நைமிசாரண்யப் பாடலில் மனித உடலின் அழிவைச் சொல்கிறார்.

'ஊன் இடைச் சுவர் வைத்து, என்பு தூண் நாட்டி
உரோமம் வேய்ந்து, ஒன்பது வாசல் -
தான் உடைக் குரம்பை பிரியும்போது, உன் - தன்
சரணமே சரணம் என்று இருந்தேன்;
தேன் உடைக் கமலத் திருவினுக்கு அரசே!
திரை கொள் மா நெடுங்கடல் கிடந்தாய்!
நான் உடைத் தவத்தால் திருவடி அடைந்தேன்
நைமிசாரணியத்துள் எந்தாய்!'

சருமம் என்னும் இடைச் சுவர் வைத்து, எலும்பு என்னும் தூண் அமைத்து, உரோமம் வேய்ந்து, ஒன்பது வாசல் கொண்ட உடல் இறக்கும்போது உனது சரணமே சரணம் என்று இருந்தேன். இலக்குமி மணாளனே! பாற்கடலில் படுத்திருப்பவனே! தவம்

121

செய்து உன் திருவடியை அடைந்தேன். நைமிசாரண்யத்தில் எழுந்தருளியிருப்பவனே!

சாளிக்கிராமம் என்பது நேபாளத் தேசத்தில் இருக்கிறது. இப்போதும் அங்கே சென்று வைணவர்கள் கல்லெடுத்து வந்து அதைப் பூஜிக்கிறார்கள். 'சாளிக்கிராமத்தில் சரணடைவாய் நெஞ்சே' என்று பத்துப் பாடல்கள் பாடியுள்ளார்.

திருமங்கை ஆழ்வார் போகாத வைணவத் தலம் எதுவும் இல்லை என்றே சொல்லலாம்.

59

கடல் மல்லை

அடுத்த முறை மகாபலிபுரம் செல்லும்போது அந்த ஊரின் சரியான தமிழ்ப் பெயரைத் தெரிந்து+கொள்ளுங்கள். ஆழ்வார் பாடல்களில் அந்தத் தலத்துக்கு பல்லவ மன்னனின் பெயரை ஞாபகப்படுத்தும் 'கடல் மல்லை' என்றுதான் பெயர். இங்கே யுள்ள குடவரைக் கோயிலில் கடலலைகளுக்கு அருகே பள்ளி கொண்டிருக்கும் விஷ்ணுவைத் தரிசிக்கலாம்.

திருமங்கையாழ்வார் கடல் மல்லைத் தலத்தில் சயனித்திருக்கும் இறைவனை இருபது பாசுரங்களில் பாடியுள்ளார். அவர் காலத் தில் சமண மதக் கருத்துகள் தமிழ்நாட்டிலிருந்து விலகத் துவங்கி யிருந்தன. இந்து மதத்தின் மேல் மறு கவனம் பிறந்த காலம். அதனால் சமணக் கருத்துக்களை வலுவாக மறுக்கும் பாடல்கள் சிலவற்றைப் பிரபந்தத்தில் காண்கிறோம். திருமங்கை மன்னனின் இந்தப் பாசுரத்தைப் பாருங்கள்.

'பிச்சச் சிறுபீலிச் சமண்குண்டர் முதலாயோர்,

விச்சைக்கு இறை என்னும்; அவ் இறையைப் பணியாதே,

கச்சிக் கிடந்தவன் ஊர் கடல் மல்லைத் தலசயனம்

நச்சித் தொழுவாரை நச்சு என் தன் நல் நெஞ்சே!'

(பிச்சச் சிறுபீலி - சிறிதான மயிலிறகு (அந்தக் காலத்தில், ஏன் இப்போதுகூட சமணர்கள் மயிலிறகை வைத்துக்கொண்டு சுத்தம் செய்யும் அகிம்சாவாதிகள்), குண்டர் - தாழ்ந்தவர், விச்சை - வித்தை, படிப்பு, நச்சுதல் - விரும்புதல்).

'மயிலிறகு சமணர் முதலான தாழ்ந்தவர்கள் சொல்லும் இறை வனைப் பணியாமல் கச்சியிலும் கடல் மல்லையிலும் சயனித் திருப்பவனை விரும்பித் தொழுபவர்களை விரும்பு என்மனமே' என்று பரிந்துரைக்கும் திருமங்கையாழ்வாரின் பாடல்களில் பரமேசுவரன், நந்திவர்மன் போன்ற பல்லவ மன்னர்களின் பெயர்கள் குறிப்பிடப்பட்டிருப்பதால் அவர் எட்டாம் நூற்றாண்டுக்காரர் என்று சொல்ல முடிகிறது.

அந்த நூற்றாண்டுகளில் வாழ்ந்த தொண்டரடிப் பொடியாழ் வாரும் இதுபோல் புத்த சமண மதங்களின் ஆதிக்கத்தை வலு வாகச் சாடியிருக்கிறார். 'புலையறம் ஆகிநின்ற புத்தொடு சமணமெல்லாம் கலையறக் கற்ற மாந்தர் காண்பர் கேட்பரோ...' 'ஒழுங்காகப் படித்தவர்கள் இந்த மதங்களைக் கண்டுகொள்ள மாட்டார்கள்' என்று அடித்துச் சொல்கிறார்.

பவுத்தமும் சமணமும் சைவ வைணவங்களுடன் முரண்பட்டு ஏழாம், எட்டாம் நூற்றாண்டு காலத்துக்குப் பின் இந்து மதக் கருத்துகள் வேர்விட்டு, மற்ற மதங்கள் அடிபட்டுப்போய் விட்டன. அந்தச் சரித்திரத்தின் சான்று இந்தப் பாடலில் கிடைக்கிறது.

60

புறம் புல்குதல்

கண்ணனின் பால்ய லீலைகளைப் பெரியாழ்வார்போல ரசித்துச் சொன்னவர் எவரும் இல்லை. பிள்ளைத் தமிழ் என்னும் இலக்கிய வகையை ஆரம்பித்தவரே அவர்தான் என்று சொல்லலாம். தளர் நடைப் பருவம், செங்கீரைப் பருவம், அச்சோப் பருவம், பூச்சி காட்டி விளையாடுதல் என்று ஒரு சின்னக் குழந்தை என்னவெல்லாம் அழகழகாகச் செய்யுமோ அவற்றை எல்லாம் பத்துப் பத்துப் பாடல்களாக அனுபவித்துப் பாடியிருக்கிறார்.

அதில் புறம் புல்குதலும் உண்டு. தன் முதுகை வந்து தழுவும்படி கண்ணனை அழைக்கும் பாடல்கள். ஒரு தாய்க்கு இதைவிட இன்பம் இருக்க முடியாது. ஏதோ ஒரு வேலையில் இருக்கும் போது, குழந்தை பின்னாலிருந்து வந்து கழுத்தைக் கட்டிக் கொண்டு அணைப்பது. அந்தப் பிள்ளை தெய்வப் பிள்ளையாக இருந்துவிட்டால், யசோதை பெறும் சந்தோஷத்துக்கு அளவே இருக்காது. இந்தப் பாசுரத்தைப் பாருங்கள்.

பொத்த உரலைக் கவிழ்த்து, அதன் மேல் ஏறி,
தித்தித்த பாலும் தடாவினில் வெண்ணெயும்
மெத்தத் திருவயிறு ஆர விழுங்கிய
அத்தன் வந்து என்னைப் புறம்புல்குவான்
ஆழியான் என்னைப் புறம்புல்குவான்

(பொத்த உரல் - பள்ளமுள்ள உரல், தடா - தவலை)

'உரலைக் கவிழ்த்துப் போட்டு அதன் மேல் ஏறிக்கொண்டு, தித்திப்பான பாலும் உறியில் தொங்கும் வெண்ணெயையும் வயிறார விழுங்கிவிட்டு, அந்தச் சிறுவன் வந்து என்னைப் பின்னாலிருந்து அணைத்துக்கொள்வான்'. புறம் புல்கும் இந்தப் பத்துப் பாடல்களிலும் கண்ணனை கோவிந்தன், எம்பிரான், ஆயர்கள் ஏறு, உம்பர்கோன், வாமனன், பார் அளந்தான், ஆழியான் என்று பல பெயர்களைச் சொல்லிப் பெருமைப் படுகிறார்.

61

தாயின் தவிப்பு

திருவாய்மொழியில், ஒரு தாய் தன் மகளைப் பற்றிக் கவலைப் படுவதாக, சில சுவையான பாடல்களை நம்மாழ்வார் இயற்றி யிருக்கிறார்.

இந்தப் பெண்ணை என்ன செய்வதென்று தெரியவில்லை என ஆதங்கப்படுகிறார். ராஜாக்களைப் பார்த்தால், பெருமாளைப் பார்த்தேன் என்கிறாள்; எந்தச் சித்திரத்தைப் பார்த்தாலும் பெருமாள் படம் என்கிறாள்; எந்தக் கோயிலைப் பார்த்தாலும் பெருமாள் கோயில் என்கிறாள்; துக்கமோ, சந்தோஷமோ எப்போதும் ஓயாமல் கண்ணனின் பாதங்களை விரும்புகிறாள்.

பாடலைப் பார்க்கலாம்.

திருஉடை மன்னரைக் காணில்,
திருமாலைக் கண்டேனே என்னும்,
திருவுடை வண்ணங்கள் காணில்,
உலகளந்தான் என்று துள்ளும்;
கருவுடைத் தேவு இல்கள் எல்லாம்
கடல் வண்ணன் கோயிலே என்னும்;
வெருவிலும் வீழ்விலும் ஓவாள்;
கண்ணன் கழல்கள் விரும்புமே'

(திருவுடை - செல்வந்தரான; உருவுடை வண்ணங்கள் - நல்ல வர்ணமயமான சித்திரங்கள்; உலகளந்தான் - உலகத்தை அளந்த வாமனன்; கருவுடைத்தேவு இல்கள் - கர்ப்பக் கிரஹங்களில்

உள்ள தெய்வங்கள்; வெருவிலும் வீழ்விலும் - அஞ்சிய போதும்,
மோகித்த போதும்)

பெண்கள் காதல் வசப்பட்டால் பெற்றோருக்கு எப்போதும்
கவலைதான். அது மனிதக் காதலோ, தெய்வக் காதலோ...
எதுவாயினும். இந்தப் பெண் 'கரும் பெரும் மேகங்கள் காணில்
கண்ணன் என்று' தாவி ஏறிக்கொள்ளத் தவிப்பாளாம். அந்தத்
தாயால், இவளை என்ன செய்ய முடியும்? பாவம் அந்தத் தாய்!

62

தெள்ளிய சிங்கபெருமாள்

திருவல்லிக்கேணி பார்த்தசாரதி கோயிலில் துளசிங்கப் பெருமாள் சந்நிதி உண்டு. துளசிங்கப் பெருமாள் வீதியும் இருக்கிறது. இந்தப் பெருமாளின் சரியான பெயர், தெள்ளிய சிங்கப் பெருமாள். தெள்ளிய என்றால், தெளிந்திருந்துள்ள. அவர்தான் நாக்குக்குச் சௌகரியமாக துளசிங்க பெருமாளாகி விட்டார். திருமங்கை ஆழ்வார் இந்தப் பெருமாளைத் தரிசிக்க, திருவல்லிக்கேணிக்கு வந்திருக்கிறார்.

பள்ளியிலோதிவந்ததன் சிறுவன்
வாயில் ஓராயிரநாமம்
ஒள்ளியவாகிப் போத ஆங்கு
அதனுக்கு ஒன்றுமோர் பொறுப்பிலனாகி
பிள்ளையைச் சீறிவெகுண்டு தூண்புடைப்பப்
பிறையெயிற்றனல் விழிப்பேழ்வாய்
தெள்ளியசிங்கமாகிய தேவைத்
திருவல்லிக்கேணிக் கண்டேனே.

பள்ளிக்கூடத்தில் படித்து வந்த தன் மகன், வாயில் எப்போதும் நாராயணன் நாமத்தை ஓராயிரம் தடவை சொல்ல, அதைப் பொறுக்க மாட்டாமல் பிள்ளையைக் கோபித்து இரணியன் தூணை உடைக்க, பிறை சந்திரன்போல பற்களும், நெருப்பு விழி, பெரிய வாய் கொண்டு நரசிம்ம வடிவத்தில் திருவல்லிக் கேணியில் தரிசித்தேனே என்று பாடியிருக்கிறார்.

இந்தத் திருவல்லிக்கேணிப் பாசுரங்களில், திருமாலின் சகல குணங்களையும் அவதாரங்களையும் ஒவ்வொன்றாக உரைக் கிறார். சிற்றவையின் பணியால் முடிதுறந்தோன், பூதனையைக் கொன்றவன், ஆநிரை காத்தவன், நப்பின்னைக்கு அருள் செய்தவன், பாண்டவர்க்குத் தூது சென்றவன், இராவணனை வென்றவன், கஜேந்திரன் என்னும் யானையின் துயரத்தை நீக்கியவன். இவ்வாறு எல்லா அவதாரங்களையும் சொல்லும் போது இந்தத் தெள்ளிய சிங்கனும் குறிப்பிடப்படுகிறார்.

63

எதிர்மறைகள்

நம்மாழ்வாரின் திருவாய்மொழியில் ஆயிரத்து நூறு பாடல்கள் உள்ளன. திவ்ய பிரபந்தத்தின், நான்காவது ஆயிரமாக இதை வைப்பார்கள். வேதங்களுள் ஒப்புயர்வற்றதான சாம வேதத்தின் சாரம் என்றும் இதைச் சொல்வார்கள். திருவாய்மொழியில் எந்தப் பாடலை எடுத்துப் பார்த்தாலும், நம்மாழ்வாரின் புலமையும் கவிதை நயமும் புலப்படும். என் பொழுதுபோக்குகளில் ஒன்று திருவாய்மொழி புத்தகத்தில், ஏதாவது ஒரு பக்கத்தைத் திறந்து வைத்து, ஏதாவது ஒரு பாசுரத்தைப் படிப்பது. தவறாமல் அந்தப் பாடல் என்னை வியப்பில் ஆழ்த்தும்.

நம்மாழ்வாரின் பாடல்களில் அடிக்கடி வரும் கருத்துகள் இரண்டு. விஷ்ணுவே நான்முகனாகவும் சிவனாகவும் இருக்கிறான் என்பது ஒன்று; மற்றொரு கருத்து, எதிர்மறைகளைப் பட்டியலிட்டு எதிரெதிர் ரூபங்களும் அவனே என்று சொல்வது.

உதாரணமாக, கீழ்க்கண்ட பாடலைப் பாருங்கள்:

> ‘நல்குரவும், செல்வும், நரகும், சுவர்க்கமும் ஆய்,
> வெல்பகையும், நட்பும், விடமும், அமுதம் ஆய்,
> பல் வகையும் பரந்தபெருமான் என்னை ஆள்வானை,
> செல்வம் மல்கு குடித் திருவிண்ணகர்க் கண்டேனே.’

நல்குரவு என்றால் வறுமை. வறுமையும் - செல்வமும், நரகமும் - சொர்க்கமும், நட்பும் - பகையும், விஷமும் - அமுதமும்... இப்படிப் பல வகையிலும் பரந்த பெருமாளை, செல்வம் செழிக்கும் திருவிண்ணகரில் கண்டேன் என்கிறார். இன்றைய

ஒப்பிலியப்பன் கோயில், ஆழ்வாரின் காலத்தில் திருவிண்ணகர் என்ற பெயர் பெற்றிருந்தது. ஆழ்வார் தொடர்ந்து இன்பம் - துன்பம், கலக்கம் - தெளிவு, கொடுமை - இரக்கம், நெருப்பு - நிழல், நகரம் - நாடு, ஞானம் - மூடம், சுடர் - இருள், நிலம் - வானம், புண்ணியம் - பாவம், புணர்ச்சி - பிரிவு, எண்ணம் - மறதி, உள்ளது - இல்லாதது. எல்லாமே கண்ணன்தான் என்கிறார்.

உலகின் அத்தனை நன்மை தீமைகளுக்கும், சர்வேசுவரனான நாராயணனே காரணன் என்கிற கருத்தை எதிர்ப்பது மிக மிகக் கடினம். இருக்கிறான் என்றால் இருக்கிறான்; இல்லை என்றால் அவன் இல்லை என்ற புரட்சிகரமான கருத்தைச் சொல்கிறார். 'உளன் என அலன் என இவை குணமுடைமையில் உளன் இரு தகைமையோடு' என்று சொல்கையில், இருப்பது இல்லாதது இரண்டு தன்மைகளிலும் அவன் இருக்கிறானாம்! யோசித்துப் பாருங்கள், தலை சுற்றும்.

64

இந்தளூருக்குச் சென்றதுண்டா?

சொல்லாது ஒழியகில்லேன்; அறிந்த சொல்லில், நும் அடியார்
எல்லாரோடும் ஒக்க எண்ணியிருந்தீர் அடியேனை;
நல்லார் அறிவீர்; தீயார் அறிவீர்; நமக்கு இவ் உலகத்தில்,
எல்லாம் அறிவீர் ஈதே அறியீர், இந்தளூரீரே!

திருமங்கை மன்னனின் திருவிந்தளூர் பாரங்களில் ஒன்று பகவானுடன் அவரது சகஜ பாவத்தை உணர்த்துகிறது.

எனக்குத் தெரிந்த சொற்களில், உன் புகழைச் சொல்லாமல் என்னால் இருக்க முடியாது. உன் அடியவர்கள் எல்லோரையும் போல என்னையும் எண்ணியிருந்தீர்கள். இந்த உலகத்தில் நல்லவர் யார், கெட்டவர் யார்? எல்லாம் நீங்கள் அறிவீர். இதுகூட உங்களுக்குத் தெரியாதா இந்தளூர்க்காரரே!'

திருமங்கையாழ்வாரை ஒரு repentant poet என்பார்கள். 'சிறு வயதிலிருந்து நான் நிறைய தப்பு செய்துவிட்டேன். அதையெல்லாம் ஒப்புக்கொள்கிறேன். இப்போது என்னை மன்னித்து ஆட்கொள்ளும்' என்று வேண்டும் பாடல்கள் பல இயற்றியுள்ளார். இந்தப் பாடல்களின் அடிப்படையில்தான் திருமங்கை ஆழ்வாரின் சரித்திரமும் அமைந்திருக்கிறது.

சோழ சேனாதிபதியாக இருந்த நீலன், ஓர் அழகான பிராமணப் பெண்ணைப் பார்த்து ஆசைப்பட்டு, அவள் விருப்பத்தைக் கவர வைணவனாகி, ஆயிரம் பேருக்குச் சோறு போட்டு, பணத் தட்டுப்பாடு ஏற்பட்டு, வழிப்பறி செய்து பெருமாளையே மிரட்டப் போனபோது அஞ்ஞான அருள் அகன்றது என்னும் அவரது சரித்திரம் படிக்கச் சுவையானது.

65

ஓர் எழுத்து!

திருமால் கண்ணனாக அவதரித்து சிறு பிள்ளையாக இருந்த போது, வெண்ணெய் உண்டதற்காக வாய் திறக்கச் சொல்லிய யசோதைக்கு, அதில் உலகங்கள் அனைத்தையும் காட்டினதாக ஒரு கதை உண்டு. இந்தச் சம்பவத்தை ஆழ்வார்கள் பாடி யிருக்கிறார்கள். திருமங்கையாழ்வார் பாடியதைப் பார்க்கும் முன், அனைத்து உலகங்களையும் ஒரு வயிற்றில் அடக்கிவிடும் தத்துவம் நவீன இயற்பியல் தத்துவத்துக்குப் பொருத்தமாக இருப்பதை அறிவியலாளர்கள் கவனித்திருப்பதைச் சொல்ல வேண்டும். மிகச் சிறியதும் மிகப் பெரியதும் ஒன்றே என்னும் தத்துவம் வைணவத்தில் அடிக்கடி குறிப்பிடப்படுகிறது. ஆத்மா என்பது, ஒரு நெல்லின் வாலை நூறு பங்காக்கினால் அதில் ஒரு பங்கு அளவுள்ளது என்கிறார்கள். ‘அணுவைச் சத கூறிட்ட கோண்’ என்கிறார் கம்பர். அதிலும் கடவுள் இருக்கிறார் என்பதே கருத்து.

‘பார் எழு, கடல் எழு மலை எழும் ஆய்,
சீர் கெழும் இவ்வுலகு ஏழும் எல்லாம்
ஆர் கெழு வயிற்றினில் அடக்கி நின்று அங்கு
ஓர் எழுத்து ஓர் உரு ஆனவனே!
ஆண்டாய்! உனைக் காண்பது ஓர்
அருள் எனக்கு அருளுதியேல்,
வேண்டேன், மனை வாழ்க்கையை - விண்ணகர் மேயவனே’

‘ஏழு உலகங்கள், ஏழு கடல்கள், மலைகள் இவை எல்லா வற்றையும் ஆபரணமணிந்த (ஆர்கொழு) ஒரு வயிற்றில் அடக்கி

நின்று ஓர் எழுத்து ஓர் உரு ஆனவனே!' என்கிறார். ஓர் எழுத்து என்பது எல்லா எழுத்துகளுக்கும் முதன்மையான அகரம். வள்ளுவர் சொல்வதுபோல் 'அகர முதல எழுத்தெல்லாம் ஆதிபகவன் முதற்றே உலகு' அண்ட சராசரங்களையும் ஓர் எழுத்தில் ஓர் உருத்தில் அடக்கிவிட்டவன் நாராயணன்.

க்வாண்டம் இயற்பியல், பிரபஞ்சம் அனைத்தையும் ஒரு சக்தி, ஒரு துகள் இரண்டிலும் அடக்கிவிடலாம் என்கிற முடிவுக்குச் சென்ற நூற்றாண்டில்தான் வந்திருக்கிறது.

66

எந்தை தந்தை தந்தைக்கே

'நாள் என் செயும்' என்று துவங்கும் பாடல் அருணகிரி நாதருடையது, கந்தர் அலங்காரத்தில் வருகிறது என்று அன்பர்கள் குறிப்பிட்டு எழுதியிருந்தார்கள். அவர்களுக்கு நன்றி. அதில் ஒரு அன்பர், இந்தத் தவறினால் சுஜாதாவுக்குத் தமிழே தெரியவில்லை என்று கண்டுபிடித்து, என் மேல் உள்ள வெறுப்பைக் கொட்டியிருந்தார். நாம் ஒருவரைத் திட்டி எழுதும் போது, நம்மை நாமே அற்பமாக்கிக் கொச்சைப்படுத்திக் கொள்கிறோம் என்பதை அறிந்தால்தான் வார்த்தைகளில் கண்ணியம் வரும். எனக்குத் தமிழ் தெரியுமா இல்லையா என்பதைத் தீர்மானிக்க மற்றவர்கள் இருக்கிறார்கள். திருவாய்மொழியில் இராப்பத்து உற்சவத்தில் 'ஒழிவில் காலமெல்லாம் உடனாய் மன்னி' என்று துவங்கும் பாசுரங்கள் சேவிக்கும்போது, நான் ஒருமுறை திருவரங்கத்தில் இருந்தேன். அந்தப் பாசுரம் இப்போது நினைக்கத்தக்கது.

ஒழிவு இல் காலம் எல்லாம் உடனாய் மன்னி,
வழு இலா அடிமை செய்ய வேண்டும் நாம் -
தெழி குரல் அருவித் திரு வேங்கடத்து
எழில் கொள் சோதி எந்தை தந்தை தந்தைக்கே

'உரத்து ஒலிக்கும் அருவிகள் கொண்ட திருவேங்கடத்துள் உறையும் எங்கள் தந்தைக்குத் தந்தைக்கும் தந்தையான திருமாலுக்கு, எல்லாக் காலங்களிலும் கூடவே இருந்து குற்றமற்ற சேவை செய்யவேண்டும்' என்பது ஆழ்வாரின் விருப்பம்.

திருமாலைத் தமது தந்தைக்குத் தந்தை என்று கூறிக்கொள்வதில் ஒரு அன்யோன்யம், நெருக்கம் தெரிகிறதல்லவா! முன்னோர் களின் முன்னோரில் முதன்மையானவராக திருமாலைக் கருதுவது வைணவ வழக்கம். நம்மாழ்வார் திருவாய்மொழியில் உள்ள இந்தப் பத்துப் பாசுரங்களிலும் திருவேங்கட முடையானைத் திகட்டத் திகட்டப் பாடுகிறார்.

'அண்ணல், மாயன், அணிகொள் செந்தாமரைக் கண்ணன், செங்கனிவாய்க் கருமாணிக்கம், சோதிஆகி எல்லா உலகம் தொழும் ஆதி மூர்த்தி' இப்படியெல்லாம் அழைத்துத் தொழு தால், நம் வினைகள் அனைத்தும் ஓயும் என்கிறார்.

திருவேங்கடத்தை எல்லா ஆழ்வார்களும் பாடியுள்ள இரு நூற்றிரண்டுக்கு மேற்பட்ட பாடல்களில், நம்மாழ்வாரின் ஐம்பத் திரண்டு பாடல்களும் அற்புதமானவை.

67

பார்ப்பதும் கேட்பதும்

வேங்கடம் என்ற பெயர் எப்படி வந்தது? அதன் பொருள் என்ன? தன்னை அடைந்தவர்கள் பாவங்களை ஒழிப்பதனால் இப்பெயர் பெற்றது. வேதம் என்றால் பாவம், கடம் என்றால் எரித்தல். அழிவின்மை, ஐதவபரியம் என்றும் மற்றொரு அர்த்தம் உண்டு. நம்மாழ்வாரின் திருவிருத்தத்தில் அகத்துறை சார்ந்த பாடல்கள் இருப்பதைக் குறிப்பிட்டோம். தலைவன் பணம் சம்பாதிக்கப் பிரிந்ததை அறிந்த தலைவி, தோழியிடம் சொல்வதாக ஒரு பாசுரத்தில், ஆழ்வார், இலக்கணத்தில் சில சுதந்திரங்கள் எடுத்துக் கொள்கிறார். காண்கின்றன என்பதே பன்மை. அந்தப் பன்மைக்குப் பன்மையாக காண்கின்றவைகள்' என்று இரட்டைப் பன்மை அமைத்து, ஒரு புதுமை செய்கிறார்.

காண்கின்றனகளும் கேட்கின்றனகளும்
காணில், இந்நாள்
நாண் குன்ற நாடர் பயில்கின்றன
இது எல்லாம் அறிந்தோம்
மாண் குன்றம் ஏந்தி தண்ண மாமலை
வேங்கடத்து உம்பர் நம்பும்
சேண் குன்றம் சென்று பொருள் படைப்பான்
கற்ற திண்ணனவே'

நான் பார்ப்பதையும் கேட்பதையும் ஆராய்ந்து பார்த்தால், இந்தத் திறத்தில் இதெல்லாம் மலைநாட்டுக்காரர்கள் வழக்கம் என்று தெரிகிறது. கோவர்த்தன மலையைக் குடையாய்ப் பிடித்த

கண்ணபிரானது வேங்கட மலையில் தேவர்கள் அணுகும் சிகரத்தை அடைந்து பொருள் படைக்க என்று அறிந்தோம்.

இப்பொழுதெல்லாம் 'பொருள் படைக்க' நம் மென்பொருள் இளைஞர்கள், கலிஃபோர்னியா, லாஸ் ஏஞ்ஜெல்ஸ் என்று சென்று, அங்கே திருவேங்கடத்தை அமைத்துக் கொண்டிருக் கிறார்கள். பக்தர்கள் வேங்கடம் போகாமல் வேங்கடவன் பக்தர் களை நாடியுள்ளான். ஆழ்வாரைப் பொறுத்த வரையில் ரெண்டும் ஒன்றுதான்.

68

ஒரு காலத்தில் காவிரி

தேரழுந்தூர் காவிரிக் கரையில் உள்ள ஊர். திருமங்கையாழ்வார், இவ்வூரில் நின்றிருக்கும் பெருமானை ஏத்தி 45 அழகான பாடல் களைப் பாடியிருக்கிறார். அவற்றில் ஒன்றை மாதிரிக்காகப் பார்க்கலாமா?

இந்தப் பாடலில் கஜேந்திர மோட்சம் சொல்லப்பட்டிருக்கிறது.

குலத் தலைய மதவேழம் பொய்கை புக்கு
கோள் முதலை பிடிக்க, அதற்கு அனுங்கி நின்று
நிலத் திகழும் மலர்ச் சுடர் ஏய் சோதீ! என்ன
நெஞ்சு இடர் தீர்த்தருளிய என் நிமலன் காண்மின்
மலைத் திகழ் சந்து, அகில், கனகம், மணியும் கொண்டு
வந்து உந்தி, வயல்கள்தொறும் மடைகள் பாய,
அலைத்து வரும் பொன்னி வளம் பெருகும் செல்வத்து
அணி அழுந்தூர் நின்று, உகந்த அமர் கோவே

'நல்ல இடத்தில் பிறந்து (குலத்தலைய) அலைகிற யானை, பொய்கையில் புகுந்தபோது, கொடிய (கோள்) முதலை அதனைப் பிடித்துக்கொள்ள, பயந்துபோய் (அனுங்கி), நிலவைப்போல் ஒளிரும் சோதியே! என்று கதற, அதன் கஷ்டத்தைத் தீர்த்தருளிய பரிசுத்தமானவை (நிமலன்) காணுங்கள். மலையிலிருந்து வரும் சந்தனமும் அகிலும் பொன்னும் மணியும் கொண்டுவந்து தள்ள, மடைகள் எல்லாம் பாயும் காவிரியின் வளம் பெருகும் திருவழுந்தூரில் காட்சி தரும் பெருமானே! தேவர்களுக்கு அதிபதியே!

ஆழ்வார் காலத்தில் காவிரி நதியில் சந்தனமும் அகிலும் பொன்னும் மணியும் பாய்ந்திருக்கின்றன. இப்போது குப்பை களுக்கும் தண்ணீர்ப் பாம்புகளுக்கும் பயந்து குளிக்காமல் வரு கிறோம். திவ்யப் பிரபந்தத்தில், பெரிய திருமொழி ஏழாம் திருமொழி எட்டாம் பத்தில் உள்ள இந்தப் பாடல்களில் மகா விஷ்ணுவின் மற்ற அவதாரங்களையும் ஒவ்வொரு பாசுரமாகப் பாடியிருக்கிறார்.

குதிரை முக அயக்ரீவ அவதாரம், சிங்கமுக நரசிம்மாவதாரம், கிருஷ்ணாவதாரம், வாமனாவதாரம், இராமாவதாரம், பன்றியாய் மீன் ஆகி அரி ஆய் பாரைப் படைத்துக் காத்து உண்டு உமிழ்ந்த பரமன், தன் எல்லா அவதாரங்களையும் பாடுகிறார். அற்புதமான பாசுரங்கள்!

- நிறைந்தது -

அருஞ்சொற் பொருள்

அருக்கன் - சூரியன்
அந்தகாலம் - கடைசிக்காலம்
அரவதண்டம் - நரகத்தில் தண்டனை
அன்னே - துக்கக் குறிப்பு
அருங்கலம் - அருமையான ஆபரணங்கள்
அரை - இடுப்பு
அணைந்தான் - அடைந்தான்
அட்டவன் - வென்றவன்
அல்லா - பயனல்லாத
அரிவை - பெண்
அகைப்பு - செயல், சிருஷ்டி
ஆழி - சக்கரம், கடல்
ஆர்வினாவிலும் - யார் கேட்டாலும்
ஆனாத - அழியாத
ஆழியான் - சக்கரத்தைக் கையில் வைத்திருப்பவன் அல்லது கடலில் துயில்பவன் (திருமால்)
ஆழி - சக்கரம்
ஆளா - அடிமை செய்வதற்கு
ஆகம் - உடம்பு
இடராழி - துன்பக் கடல்
இமையாதிருப்பரே - இடைவிடாமல் தியானம் செய்தால்
இரங்கும் - உருகும்
இந்திரகோபம் - பட்டுப்பூச்சி
இரந்தார்க்கு - பிச்சை கேட்டவர்களுக்கு
ஈண்டி - திரண்டு
ஈட்டம் - கூட்டம்
உய்யல் - பிழைத்துப் போதல், தப்பித்தல்
உகந்தது - விரும்பியது
உய்துகொலோ - தப்பிக்கவும் முடியாமல்
எள்கி - குறைந்து
ஏத்துதிரேல் - வாழ்த்தினால்
ஒழிந்தில - இன்னும் மலரவில்லை
ஓதம் - அலை
கலந்தார் - கூடினவர்
கடல் ஞாலம் - கடல் சூழ்ந்த உலகம்
கற்கின்றவே - சொல்வதெல்லாம்
கலை - ஆடை
கறவை - பசு

கரிது – கருப்பானது
கருளக்கொடி உடையார் – கருடனைக் கொடியாகக் கொண்ட திருமால்
கவ்வை – ஆரவாரம்
கழகண்டு – விஷமம், தீம்பு
கட்கண் – புறக்கண்
கார்த்தன – அரும்பின
கால் – காற்று
கார்த்தண் – மேகம்போல குளிர்ந்த
கீண்டேன் – பிளந்தேன்
குழல் – கூந்தல்
குறை – சிறியது
குப்பாயம் – சட்டை
கூம்பும் – குவியம்
கேள்வன் – கணவன்
கொண்டல் – மேகம்
சிறுபேர் – செல்லப் பெயர்
சீறல் – கோபிக்காதே
சுடராழி – ஒளிச் சக்கரம்
சுழலை – விரித்த வலை
சூழ்ச்சி – சுற்று
செய்ய – சிவந்த
செருக்கிளரும் – போரில் கலக்கும்
செய்து – சிவப்பானது
செல்லுந்தனையும் – இறக்கும்வரை
சொல்லும் தனையும் – சொல்ல முடிந்தவரை
சோர்வு – மறதி
தகளி – மண் விளக்கு
தரங்கம் – அலை
தடா – தவலை
தாது – உள்ளிதழ், மொட்டு
தாமம் – மாலை
திரிபவும் – மாறுவதும்
துன்னி – நெருங்கி
துவரை – துவாரகையை
தேருங்கால் – ஆராயும்போது
தோய்விலன் – அவரவர் மதங்களால் பாதிப்பு இல்லாதவன்
நன்புகழ்சேர் – குறையற்ற புகழ் கொண்ட
நன்புல – நல்ல வழி
நண்ணி – கிட்டி
நயந்து – விரும்பி
நாரணன் – நாராயணன், விஷ்ணு

நாற்றி - தொங்க விட்டு
நாமங்களை - சரஸ்வதி
நிலாய - நிலவிய
நீர்மை - குணம், தன்மை
பந்தர் - பந்தல்
பராவி - நிரப்பி
பசிது - பச்சை
பவ்வம் - கடல்
பவனம் - காற்று
பீலி - இறகு
பீதக ஆடை - பீதாம்பரம்
புனல் - நீர்
புகர்மால் யானை - புள்ளிகளுடைய யானை
புன்புல - அற்பமான இன்பங்களின் வழி
புணை - தெப்பம்
புல்கும் அணைத்துக்கொள்ளும்
பூ - பூமி
பூமங்கை - லக்ஷ்மி
பெயரும் - அசையும்
பேணுங்கால் - விரும்பும்போது
பொன்வாசிகை - பொன்னாலான வட்டமாலை
பொலிவு - உருவம், அழகு
பொருப்பு - மலை
மயல் - மயக்கம், பித்து
மந்தரம் - பாற்கடலைக் கடைந்த மந்தர மலை
மார்வம் - நெஞ்சம்
மாயத்தால் - விளையாட்டாக
மாதிரம் - திசை
மீ - ஆகாயம்
மேவும் - வசிக்கும்
மேவேனே - நெருங்க மாட்டேன்
மொய்த்தெழுந்த - திரண்டு வந்த
வளி - காற்று
வன்தாள் சிமயம் - வலிமையான அடிவாரமுள்ள சிகரம்
வாக்கு - பகவத் கீதையை
விடைஅடர்த்த - எருதுகளைக் கொன்ற
வெய்ய - வெப்பமிக்க
வெளிது - வெள்ளை
வேள்வி - யாகம்
வைகுந்த மன்னாய் - வைகுண்டத்தைப் போன்றவளே

──────────